# ஒரு பகல் ஒரு இரவு

# ஒரு பகல் ஒரு இரவு

## சிவசங்கரி

முதற்பதிப்பு: 2023

First Edition: 2023

Oru Pahal Oru Iravu

ஒரு பகல் ஒரு இரவு

Sivasankari

சிவசங்கரி

ISBN: 978-93-5695-667-4

காப்புரிமை @ ஆசிரியர்

Pustaka Digital Media Pvt. Ltd.
#7-002, Mantri Residency,
Bannerghatta Main Road, Bengaluru - 560 076
Karnataka, India
+91 7418555884

# பொருளடக்கம்

# 1

## காலை 6-00

**செ**ன்னைக்குக் குளிர் கண்டு நாட்கள் நாலாகிவிட்டன. அடைமழையாகப் பெய்யாவிட்டாலும் சதா நசநசவென்று ஒரு கணம்கூட நிற்க மாட்டேன் என்று சண்டி பண்ணிக்கொண்டு ஊரை நனைத்து, நடுக்கம் காணவைத்த மழை. போதாத குறைக்கு எந்நேரமும் 'விய்ங்' என்று சத்தம் போட்டு வீசிய ஊதக்காற்று. வங்காள விரிகுடாவில் காற்றழுத்தமாம். ஒரிஸ்ஸாவைப் புயல் கடக்கப் போகிறதாம். வானொலியில் விடாமல் பூச்சாண்டி காட்டுகிறார்கள். ஒரிஸ்ஸாவில் புயல் தாண்டுவதற்கான அறிகுறி இருந்ததோ இல்லையோ இங்கு சென்னைக்குக் குளிர் ஜுரம் உண்டாகிவிட்டது. பனை மரத்தில் தேள் கொட்டினதற்குத் தென்னை மரத்துக்கு நெறி கட்டிய சங்கதிதான். இதே தினுசில் நாட்கள் மேலும் இரண்டு போனால் ஜன்னி பிறந்து சென்னை பிதற்றத் தொடங்குவது சர்வ நிச்சயம்.

சொதசொதத்த தெருக்களில், கணுக்கால், சாணுயரத்திற்குக் கலங்கிய குட்டைகளாய் நீர் நின்றதென்றால், நந்தனத்தையும், பழைய மாம்பலத்தையும், கோட்டூர் புரத்தையும், துசுக்கென்றால் முழங்கால் ஜலம் தேங்கிவிடும் வாணிமகால் பகுதியையும், இன்னும் சென்னையில் பல இடங்களைப் பற்றியும் கேட்கவா வேண்டும்?

சென்னையும் அதன் ஜீவராசிகளும் நாறித்தான் போனார்கள். மழையைச் சாக்கு வைத்துக்கொண்டு பள்ளிக்கு மட்டம் போட்ட குழந்தைகள், சேறும் சகதியுமாய் குறித்த நேரத்தைத் தாண்டி

ஆபீசுக்குப் போய்வந்த ஆடவர், பெண்கள், முகூர்த்தத்தை வைத்துவிட்டு இப்படி வானம் கண்மூடிவிட்டதே, என்னமாய் நம் வீட்டுக் கல்யாணம் நடந்தேறப் போகிறது என்று பயந்து கொண்டிருந்தவர்கள், மூட்டை மூட்டையாய் கட்டிவைத்திருந்த துணிகளைத் துவைக்க, காயப்போட வகையில்லாமல் பேந்தப் பேந்த விழித்த வண்ணான்கள், வியாபாரம் படுத்துவிட்ட வியாபாரிகள், இன்னும் யார் யாரோ, எப்படியெப்படியோ தவிப்பதையெல்லாம் கொஞ்சம்கூட லட்சியம் பண்ணாமல் சென்னை அசல் தூங்கு மூஞ்சியாகவே அன்று காலையிலும் முழித்துக்கொண்டது.

# 2

## மணி 6-30

**ம**ழைக்கோட்டு, கையில் குடை என தன் கோபாலபுரம் வீட்டிலிருந்து எட்வர்ட் எலியட் சாலையிலிருந்த ஹோட்டல் பல்லவாவை நோக்கி சம்பத் நடந்துகொண்டிருந்தான். பன்னிரண்டு மாடிகளைத் தன்னுள் அடக்கிக்கொண்டு உயரமாய் நின்றிருந்த பல்லவனில், சம்பத் மானேஜர்.

ஹோட்டலைத் திறம்பட நடத்துவது எப்படி என்ற படிப்பை முடித்துவிட்டு டெல்லியில் ஐந்து நட்சத்திர ஹோட்டல் ஒன்றில் உதவி மானேஜராக இருந்தவனை, போன வருஷம் பல்லவனைக் கட்டிய முதலாளி இங்கு மானேஜர் பதவி வகிக்க அதிக சம்பளத்துக்கு வளைத்துப் பிடித்துவிட்டார்.

சம்பத் கெட்டிக்காரன். வேலையில் புலி. அதிகம் வளவள வென்று பேசுபவனில்லை. என்றாலும் வாடிக்கைக்காரர்களிடம் மனிதருக்குத் தக்கபடி பேசத் தெரிந்தவன். கையில் ஏகமாய்ப் பணம் புழங்கும் காரணத்தால் மூன்று நட்சத்திர ஹோட்டலான பல்லவனில் வந்து தங்கிவிட்டு நாகரிகமில்லாமல் நடந்து கொள்ளும் அசல் படிப்பற்ற கிராமத்தானையும், அமெரிக்காவிலேயே பிறந்து வளர்ந்த தினுசில் அலட்டிக்கொள்ளும் அல்டாப்பு பேர்வழிகளையும் நாசுக்காய் சமாளித்து திருப்தியடையச் செய்யத் தெரியும் சம்பத்துக்கு.

வழக்கமாய் இத்தனை சீக்கிரம் அவன் ஹோட்டலுக்கு வருபவனில்லை.

எட்டு மணி சுமாருக்கு வந்தால் போதும். இன்று இப்படிக் கொட்டும் மழையிலும் பறந்துகொண்டு வருவதற்குக் காரணம் இருக்கவே செய்தது.

முதல்நாள் இரவு, ஹோட்டலில் ஒரு கலாட்டா.

நெல்லூரிலிருந்து படம் எடுக்க ஆசை கொண்டு சென்னைக்கு விஜயம் செய்துள்ள பையன் ஒருவனுக்குக் கையில் செமத்தியாய் பணம். 509 எண் அறையில் ஒரு வாரமாகத் தங்கி குடி, இத்தியாதி என்று அமர்க்களப்படுத்திக் கொண்டிருக்கிறான். பெரிய இடத்துப் பிள்ளை, ஏதாவது சொன்னால் வம்பில் முடியலாம் என்று வாயைத் திறக்காமல் இருந்த சம்பத்தின் பொறுமையை அந்தப் பையன் நேற்றிரவு நன்றாய் சோதித்துவிட்டான்.

எங்கோ வெளியில்போய் போதையை ஏற்றிக்கொண்டு அறைக்குத் திரும்பியவன் தன்னறைக்குப் பக்கத்து அறையான 507-ல் சாவியைப் பொருத்தி கதவைத் திறக்க முயன்றிருக்கிறான். மணி இரவு பதினொன்றரை. 507-ல் இருந்த மிஸ்டர் அண்டு மிஸஸ் கணேஷ் என்னமோ ஏதோ என்று கதவைத் திறந்திருக்கின்றனர். இவன் அவர்களைத் தள்ளிக்கொண்டு உள்ளேபோய் படுக்கையில் உட்கார்ந்ததும் அல்லாமல் ஏடாகூடமாய்ப் பேச வேறு செய்யவே, ரிசப்ஷனுக்குச் செய்திபோய், பின்னர் சம்பத் தூக்கத்திலிருந்து போன் மூலம் எழுப்பப்பட்டு, ஹோட்டலுக்கு வருவதற்குள் அந்தப் பையனுக்கும் கணேஷுக்கும் சின்னதாய்க் கைகலப்புகூட நடந்துவிட்டது. என்ன அவமானம்! இந்தச் சம்பவம் வெளியில் போனால் ஹோட்டலுக்கு அல்லவா இருக்கு?

அதுவும் தவிர, கணேஷ் தம்பதி சம்பந்தப்பட்ட ஒரு சின்ன தவறு முந்தாநாள் இரவுதானே நடந்திருக்கிறது.

ஹோட்டலில் ஏதாவது சிறிய ரிப்பேர்கள் செய்யத் தேவைப்பட்டால் அதை இரவு நேரங்களில், வாடிக்கைக்காரர்களுக்குத் தொந்தரவு இல்லாதபடி செய்வதுதான் எல்லா பெரிய ஹோட்டல்களின் வழக்கமும். அதன்படி சில நாட்களாகப் பல்லவனிலும், சில அறைகளின் வாசற்படியைச் சுற்றி

சிமிண்ட் பூச்சு விரிசல் கண்டு, லேசாய் உதிர்ந்து பார்வைக்கு அசிங்கமாய் இருந்ததைக் கொத்தனார் இரவு நேரங்களில் கொத்தி, பூசி, காய்ந்ததும் வர்ணமடித்துக்கொண்டிருக்கிறார். இரவோடு இரவாக வேலையை முடிப்பதால் பகலில் தூசி, தும்பு, குப்பை, செத்தை என்று ஏதும் இருக்காது. முதல் நாள் இரவு 507 அறை வாசலில் இருந்த விரிசலை லேசாய் தட்டி, மேஸ்திரி பூசின நேரத்தில் உள்ளே தூங்கிக்கொண்டிருந்த கணேஷ் தம்பதி முழித்துக்கொண்டு "யாரது, யாரது?" என்று இரண்டு தடவை அதட்டியிருக்கிறார்கள். மேஸ்திரிக்கு அது காதில் விழவில்லையாதலால் அவர் தொடர்ந்து வேலையைக் கவனித்திருக்கிறார். திருடன் ஒருவன் கதவை உடைக்க முயலுகிறான் என்று பயந்த கணேஷ் தம்பதி ரிசப்ஷனை போனில் கூப்பிட்டு உதவிக்கு அழைக்க, அவர்கள் உடனே மேலே வந்து கதவைத் திறக்கவைத்து கொத்தனார் வேலை செய்கிறார் என்று சமாதானப்படுத்தின பிறகு கணேஷ் தம்பதி நிம்மதியாய் தூங்கப் போயிருக்கிறார்கள். விஷயம் இப்படியிருக்கையில் நேற்று ராத்திரி திரும்ப அவர்கள் அறையிலேயே இந்தக் குடிகாரன் கலாட்டா!

"மனைவியோடு கண்ணியமாய் உங்க ஹோட்டலில் யாரும் தங்கி, நிம்மதியாய்த் தூங்க முடியாதா, மானேஜர்?" என்று மிஸ்டர் கணேஷ் கேட்டதில் என்ன தவறு?

ஹோட்டல் ஆட்கள் நாலு பேர் குண்டுக்கட்டாய் நெல்லூர் பையனைத் தூக்கி அவன் அறை படுக்கையில் கிடத்துவதற்குள் அவன்தான் என்னமாய் ஆர்ப்பாட்டம் செய்தான்.

'உன்னைத் தொலைக்கிறேண்டா!'

'நாளைக்குக் காலையிலே நீ உசிரோட இருக்கமாட்டடா!'

'என் மேலேயா கை வச்சீங்க? தொலைச்சிப்புடறேன், தொலைச்சி. இந்த ஹோட்டலையே உண்டு இல்லைனு பண்ணிடறேன்' - ஒரு வழியாய் அடங்கி, மயக்கமாய் அவன் உறக்கத்தில் ஆழ்ந்ததும், கதவை வெளியில் பூட்டிக்கொண்டு,

ஆள் ஒருவனை அறை வாசலிலேயே நிற்கச் சொல்லிவிட்டு சம்பத் வீட்டுக்கு வரும்போது மணி இரண்டு.

ஹோட்டலில் நுழைந்து, குடையை மடக்கின சம்பத் சற்றே அண்ணாந்து வானத்தைப் பார்த்தான்.

"ம்ஹூம் இந்தக் கருமையாவது வெளுக்கவாவது! சீக்கிரமாய் புயல் ஒரிஸ்ஸாவைக் கடந்து தொலைத்தாலாவது தேவலை."

தன்னறைக்குச் சென்று மழைக்கோட்டு, குடையை ஒரு பக்கமாய் வைத்த சம்பத்துக்கு அன்றைய பொழுது நல்ல விதமாய் போகவேண்டுமே என்ற கவலை தோன்றியது.

இரவு ஒரு கல்யாண வரவேற்பு இருக்கிறது. 300 பேருக்கு சாப்பாடு. பால் நான்கு நாட்களாக ஒழுங்காக வரவில்லை. பவுடர் பாலை வைத்துக்கொண்டு சமாளித்தாகிறது. கொத்தவால் சாவடியில் காய்கறிகள் நல்லதாகவே இல்லை.

மாலையில் ஜேஸிஸ் கூட்டம் இருப்பதற்கு விசேஷமாய் சிற்றுண்டிகள் செய்ய வேண்டும்.

ஹோட்டல் வேறு நிரம்பி வழிந்துகொண்டிருந்தது. எண்பது அறைகளும் ஃபுல்.

சாப்பாட்டுக்குகூட ஏற்பாடுகளை கவனிக்கும்முன், ஐந்தாவது மாடிக்குப் போய் 507 தம்பதியிடம் மீண்டும் மன்னிப்பு கேட்டுவிட்டு, 509 ஆளை "ஊருக்குப் போய்வாடா தம்பி" என்று அனுப்பிவிடுவதுதான் நல்லது என்று எண்ணிய சம்பத் மேலே போக லிஃப்டின் அருகில் சென்று பட்டனை அழுத்தினான்.

***

# 3

## மணி 7-00

**மின்**தடை அலுவலகத்தில் வேலை பார்த்துக்கொண்டிருந்த செந்திலை எரிச்சலும் கோபமும் சேர்ந்து ஆட்டிக்கொண்டிருந்தன.

என்ன மழை! மனுஷனை நரக வேதனைக்கு உள்ளாக்கும் சனியன்! ஃப்யூஸ் ஆஃப் கால்களுக்கு பதில் சொல்லி அவனுக்கு மாளவில்லை. விடாது டெலிபோன் மணி அலறியது. எடுத்து பேசிப்பேசி சலித்துப்போய்விட்டது.

"எங்க வீட்டிலே விளக்கு இல்லீங்க."

"என்ன மிஸ்டர்! வானம் இருண்டு வீட்டுக்குள்ளே இருளோனு இருக்கு! லைட் இல்லே! எப்படித்தான் சமைக்கறது? எப்படித்தான் ஆபீஸுக்கு தயாராகிக் கிளம்பறது?"

புகார்கள், புகார்கள், புகார்கள்.

இதன் நடுவில் அரை மணி முன்பு இன்னொரு புதுப் புகார். பால் வாங்கப்போன கிழவர், அறுந்து கிடந்த மின்சாரக் கம்பி மேல் கால் வைத்துவிட்டதால் ஆள் அவுட்டாம்.

விஷயம் தெரிந்த உடனேயே அந்தப் பகுதிக்கான மின்சார சப்ளையைத் துண்டித்துவிட்டு, லைன் ஆட்களை வேனில் விரையச் சொன்னான் செந்தில்.

அதற்குள் அந்த வட்டாரத்திலிருந்து எங்களுக்கு கரண்ட் இல்லை என்று புகார்கள்.

எதைக் கவனிப்பது? யாருக்குப் பதில் சொல்வது?

சற்றுமுன் ரேடியோவைத் திருப்பிய செந்திலுக்கு வானொலி திருப்தியான வானிலை அறிக்கையைச் சொல்லவில்லை.

காற்றழுத்தம் அதிகரித்து இருக்கிறதாம். காற்றின் வேகமும், மழையும் வலுக்குமாம்.

செந்திலுக்கு வீட்டுக்குப் போனால் தேவலை போலிருந்தது. வீட்டில் வயசான அம்மா தனியாக இருக்கிறாள். ஆள் மூலம் செய்தி அனுப்பியிருக்கிறான், வர முன்னே பின்னே ஆகும் என்று. என்றாலும் அம்மா, பிள்ளையைக் காணோமே, இடியும் மழையும் காற்றுமாய் இருக்கிறதே என்று கவலைப்படவே செய்வாள்.

இங்கு மின்தடை அலுவலகத்தில் இந்தண்டை அந்தண்டை நகர முடியாதபடி வேலை. அவசர உதவிகளை, தீர்மானங்களை செய்து உடனுக்குடனேயே செயலில் இறங்க வேண்டியிருந்ததால் செந்தில் அங்கே இருக்கவேண்டிய நிர்ப்பந்தம்

எண்ணூர் தெர்மல் பிளாண்டில் வேலை பார்க்கும் நண்டன் துரைசாமி, போனில் கொஞ்ச நேரத்துக்குமுன் அழைத்துப் பேசிக்கொண்டிருந்தான். கடலின் கொந்தளிப்பு பார்க்க பயங்கர அழகுடன் இருக்கிறதாம். வழக்கத்தைவிடப் பல அடிகள் உயரமாய் அலைகள் எழும்பிச் சீறுவது கடலுக்கு ஏகக் கோபம் என்று கூறுவதுபோல இருக்கிறதாம், சொன்னான். துரைசாமி ஒரு எழுத்தாளன். அவனுக்கு எல்லாமே ஒரு தனி அழகுடன், ஜொலிப்புடன் தெரிவதில் என்ன வியப்பு? கற்பனை செய்யத் தெரிந்தவனுக்கு வேறு என்ன வேலை! செந்திலுக்கு அவன் பேச்சு எரிச்சலை அதிகமாக்கவே ரொம்பப் பேசாமல் தொடர்பைத் துண்டித்துவிட்டான்.

வாசலில் ஜீப் சப்தம் கேட்டது. கோட்டப் பொறியாளர் அங்கு வந்து, சில பிரச்சினைகளைப்பற்றி விவாதிக்கப் போவதாகச் சொல்லியிருந்தது நினைவுக்கு வர, மேஜைமேல் ஆறிக் கொண்டிருந்த காபியை ஒரே மடக்கில் குடித்துவிட்டுத் தன் மேலதிகாரியை வரவேற்க ஹாலுக்குப் போனான், செந்தில்.

✳✳✳

# 4

## மணி 7-30

இரவு முழுவதும் உறங்காமல், மௌனமாய் கண்ணீர் வடித்து மனசுக்குள்ளேயே புலம்பித்தீர்த்த நித்யா, விடிகாலையிலேயே எழுந்து சாமான் அறைக்குள்போய் உட்கார்ந்துகொண்டாள்.

காபி எடுத்துவந்த சித்தி ஜானகியை அவள் ஏறிட்டுப் பார்க்கவில்லை.

காபி டம்ளரை ஓசையுடன் தரையில் வைத்த சித்தி தன்னைச் சுற்றி வேறு யாரும் இல்லை என்பதை ஊர்ஜிதப்படுத்திக்கொண்ட பின்னர் நித்யாவை நோக்கி ஒரு விழி விழித்தாள்.

"உன் மாய்மாலத்தை மூட்டை கட்டி வெச்சுட்டு, ஒழுங்கா சிரிச்ச மொகத்தோட இரு. சொல்றதைக் காதுல வாங்கிக்காம கல்லுளிமங்கத்தனம் பண்ணி வீணா வம்பை விலைக்கு வாங்காதே... ஆமா சொல்லிட்டேன்! எங்கண்ணாக்கு என்னடி கொறைச்சல்? உன் முகரக்கட்டைக்கு அவர் வாச்சதே பெரிசுதான். ஐயோ பாவம்னு நா ஏற்பாடு பண்ணினேன். இல்லாட்டா உங்கப்பா இந்த மாதிரி சம்பந்தத்துக்கு நாக்கை வழிக்கணும் தெரியுமாடி? கடைசி தடவையா சொல்றேன், ஒழுங்கா இருந்துக்கோ... என்ன?"

அடிக்குரலில் சித்தி பேசியது நித்யாவுக்கு பயத்தைத் தந்தாலும் அழுது மரத்துப்போன மனசுடன் தலை நிமிராமல் அமர்ந்திருக்கவே, அவள் முன்னுச்சி மயிரை முரட்டுத்தனமாய்த் தூக்கி, "என்னடி நா பாட்டுக்கு பேசிண்டே போறேன் திமிரா உக்கார்ந்துண்டு இருக்கே? ஆத்துலே உறவு மனுஷா வரத்

தொடங்கியாச்சு இனியும் இந்த மாதிரி வேஷத்தோட இருந்தே, கொன்னுடுவேன், புரியறதா" என்று உறுமி, நறுக்கென நாலுதரம் மண்டையில் ஓங்கிக் குட்டினாள்.

இதற்கும் அசையாமல் நித்யா இருந்ததும் ஜானகியின் கோபம் அதிகமாகியது. "சனியன், பீடை" வசவுகளுடன் முதுகில் இரண்டு கொடுக்கக் கையைத் தூக்கியபோது "என்ன பண்றேள் ரெண்டு பேரும் அங்கே?" என்ற குரல் கேட்டது.

அத்தை. நித்யாவின் சின்ன அத்தை. கல்யாணத்துக்கென காலை வண்டியில் வந்து இறங்கியிருப்பவள்.

சித்தி நொடியில் தன்னை மாற்றிக்கொண்டாள்.

"ஒண்ணுமில்லைக்கா... நித்யாவுக்குத் தலை வலிக்கிறதாம். காபி சாப்பிட்டுட்டு செத்த படுத்துக்கோனு சொல்லிண்டு இருந்தேன்."

அத்தை கிட்டத்தில் வந்தாள்.

"ஏண்டிம்மா நித்யா? ஏன் தலை வலிக்கிறது? மாத்திரை போட்டுண்டாயோடிம்மா?" பேசிக்கொண்டே அவளருகில் உட்காரப் போனவளை ஜானகி தடுத்தாள்.

"அவ படுத்துக்கட்டும் நீங்க வாங்கோக்கா. காபி சாப்பிட்டுட்டு சத்திரத்துக்குப்போய் கோலம் போட்டுட்டு வரலாம் நீங்க வந்தேளோ நா பொழச்சேனோ! ஒண்டிக்காரியா எத்தனைதான் கவனிக்கிறது... வாங்கோ."

சித்தி என்றால் அந்த வீட்டு சம்பந்தப்பட்ட அத்தனை பேருக்குமே பயம்தான்.

ஆம்பிளைக் காமாட்சி போல கட்டைத்தொண்டை, உருட்டு விழிகள், மனுஷர்களை நாவால் எடுத்தெறிந்து பந்தாடும் சுபாவம். இதனால் அவளின் பேச்சுக்கு யாரும் சாதாரணமாய் எதிர்ப்பு சொல்லி வம்பை விலைக்கு வாங்க மாட்டார்கள்.

அத்தையுடன் வெளியில் போகும்போது சித்தி தலையைத் திருப்பி ஒரு விழி விழித்தது நித்யாவுக்குப் புரிந்தது.

ராட்சஸி ப்ரும்ம ராட்சஸி.

அடக்கிவைத்திருந்த கண்ணீர் பொங்கிக்கொண்டு எழுந்தது. நித்யாவின் அம்மா சாகும்போது அவளுக்கு வயசு ஏழு. சரியாக ஒரு வருஷத்துக்குள் தனிமையைத் தாங்க முடியாத அவள் அப்பா, நித்யாவை சாக்கு காட்டி ஜானகியை மணந்தார். அன்றைக்கு பிடித்த சனியன் இன்றுவரை நித்யாவை விடவில்லை. தொடர்ந்தும் அவள் நிம்மதியாய் இருக்கவிடாமல் இப்படி ஒரு கல்யாணம்.

கல்யாணமா இது? ஐயோ! என்னைப் பலி கொடுக்கறதுக்குப் பேர் கல்யாணமா?

நித்யாவின் அப்பா சாதுவிலும் சாது, பரமசாது. பெண்டாட்டி, குதிரைக்குக் கொம்பு உண்டு என்றால் ஆம் என்பார். ஆடு முட்டையிடும் என்றாலும் ஆம் என்பார்.

நித்தமும் இரவு பெண்டாட்டி தேவைப்படும் அவரின் பலவீனத்தை உபயோகப்படுத்தின சித்தி, தான் கிழித்த கோட்டைத் தாண்டாமல் இருக்க அவரைப் பழக்கிவிட்டிருந்தாள்.

அவர் கண்ணெதிரிலேயே நித்யாவை அடிப்பாள், திட்டுவாள், பட்டினி போடுவாள்.

எதற்கும் வாயைத் திறக்க மாட்டார். தான் ஆடாமல் சதை ஆடி கண்களில் நீர் சுரந்து சித்தி பார்த்து 'என்ன இது?' என்று அதட்டினால், "தூசி விழுந்துடுத்துடி" என்பார்.

அப்படியொரு கேவலமான ஜென்மம்.

சித்திக்கு பதினொன்று, ஒன்பது, ஆறு வயதில் மூன்று பிள்ளைகள். முதலும் கடைசியும் தப்பாமல் தாயைக்கொண்டு பிறந்திருந்தன. நடுது மட்டும் எப்படியோ அப்பாவைக்கொண்டு அசடாய் இருந்தது. ஏதாவது கேட்டால் எதையாவது தத்து பித்தென்று சொல்லும் மலங்க மலங்க விழிக்கும் சட்டி சாதம் சாப்பிடும். விடியவிடிய தூங்கும்.

எப்படியோ இந்த நரகத்தில் உயிரோடு இருக்கிறேன் என்று பேர் பண்ணிய நித்யாவின் வாழ்க்கையில் ஆறு மாதங்களுக்குமுன் தென்றல் வீசியது, ஆச்சரியமான ஒரு சம்பவம்.

நடுப்பையன் மூர்த்தி ரொம்ப குண்டாக இருப்பது தப்பு என்றும், கொஞ்சம் நடந்து தேகப் பயிற்சி பண்ணினால் நல்லது என்றும் டாக்டர் சொன்னதால் மாலையில் தினமும் அவனை ஒரு கிலோமீட்டர் தள்ளியிருந்த பிள்ளையார் கோயிலுக்கு அழைத்துச்சென்று வருவது நித்யாவின் பொறுப்பாயிற்று.

பிள்ளையார்        கோயிலை        அடுத்திருந்த        டைப்பிங் இன்ஸ்டிடியூடில் படித்துவந்த ஜனார்த்தனத்தின் கண்களுக்கு நித்யா ஒரு ரதியாகவும், இவளுக்கு அவன் ஒரு மன்மதனாகவும் தோன்ற காதல் பிறந்து நாளொரு மேனியும் பொழுதொரு வண்ணமுமாய் வளர்ந்தது.

ஜனா ஒரு ஹரிஜன். பி.காம் முடித்துவிட்டு கம்பெனி ஒன்றில் ஐந்நூறு ரூபாய் சம்பளத்தில் இருந்தான். டைப்பிங் வேலை உயர்வுக்கு உதவி செய்யும் என்று எண்ணியதால் அதையும் கற்றுக் கொள்கிறான்.

மூர்த்தியைப் பக்கத்து மைதானத்தில் பஞ்சுமிட்டாயுடன் உட்கார வைத்துவிட்டு, கிடைக்கும் சில நிமிஷங்களில் கோயில் பிராகாரத்து மறைவில் காதலர்கள் மனம்விட்டு பேசிக்கொள்வார்கள்.

நித்யாவின் அவலம் கேட்டு ஜனா உருகிப் போனான். அவளைக் கல்யாணம் செய்துகொண்டு பூ மாதிரி காக்க வேண்டும் என்று ஆசைப்பட்டான்.

இது நடக்குமா?

ஹரிஜனப் பையனுக்குத் தன்னைக் கொடுக்க சித்தி சம்மதிப்பாளா?

என்ன செய்வது, ஏது செய்வது என்று தவித்துப் பறந்த வேளையில்தான் நித்யா சற்றும் எதிர்பாராத விதமாய் சித்தி குண்டைத் தூக்கிப் போட்டாள்.

சித்தியின் அண்ணா ரங்கா, நாலு குழந்தைகளுக்குத் தகப்பனார். நாற்பத்தி ரெண்டு வயசுக்காரர், முன்மண்டையில் வழுக்கை விழுந்தவர். பெண்டாட்டியைப் பறிகொடுத்துவிட்டு இரண்டு வருஷ காலமாய் குழந்தைகளுடன் மன்றாடுபவரின் மேல் சித்திக்கு திடீரென்று கருணை பிறந்துவிட்டது. அவருடன் எப்போது பேசினாளோ, என்னவென்று பேசினாளோ, கையில் ரொக்கமாய் பத்தாயிரத்தை வாங்கிக்கொண்டு நித்யாவை அவருக்கு இரண்டாம் தாரமாக்குவது என்று தீர்மானித்து கணவரையும் சம்மதிக்கச் செய்துவிட்டாள்.

நித்யாவின் சம்மதத்தை ஒரு பிராணி கேட்கவில்லை.

பத்து நாட்களுக்கு முன் பேருக்கு நிச்சயதார்த்தம். இதோ நாளைக்கு முகூர்த்தம்.

ரொம்ப நெருங்கிய பந்துக்களுக்கு மட்டும் லெட்டர் மூலம் செய்தி போனது.

"நா ரெண்டாந்தாரமாக வாக்குப்பட்டதுலே என்ன குறைஞ்சு போயிட்டேன்? மனசுதான் காரணம், வயசு இல்லை" என்று அறிந்தவர்களிடம் அடித்துப் பேசி அவர்கள் வாயை அடைத்துவிட்டாள்.

நிச்சயதார்த்தம் நடந்த மறுநாள் ஜனாவிடம் குமுறிக்குமுறி அழுதாள் நித்யா. தான் ஒரு ஆண்பிள்ளை என்பதை நிரூபிக்க அந்த க்ஷணமே நித்யாவின் வீட்டுக்கு வந்து, தங்கள் காதலைப் பற்றிச் சொல்லி அவளைத் தன் மனைவியாக்கிக்கொள்ள அனுமதி கேட்டான் ஜனார்த்தனம்.

சம்மதம் கிடைக்காதது மட்டுமில்லை. மற்ற ஒண்டுக்குடித்தனக்கார ஆண்களை ஒன்று சேர்த்து செம்மையாய் ஜனாவை உதைத்துத் துரத்திய சித்தி, நித்யாவையும் சாமான் அறையில் தள்ளிப் பூட்டினாள்.

நித்யா அழுதாள், புலம்பினாள், முட்டிக்கொண்டாள். கோழைத்தனத்தை உதறிவிட்டு உக்ரமாய் கத்திப் பார்த்தாள். ம்ஹூம், ஒன்றுக்கும் பலனில்லை.

நாலு நாட்கள் முக்கால் பட்டினி கிடந்து தெம்பு குறைந்ததும் அழுவதைத் தவிர வேறு செய்யத் தெரியாத பேதையானாள்.

நடுநடுவில் குழந்தைகளுடன் புடவை தருகிறேன். நகை தருகிறேன் என்று ரங்கா வந்தபோது ஒழுங்காக நடந்துகொள்ளாவிட்டால் பிச்சு உதறிவிடுவதாக சித்தியும், மானம் போகிற தினுசில் நித்யா பேசி நடந்துகொண்டால் தான் தற்கொலை பண்ணிக் கொள்வது நிச்சயம் என்று அப்பாவும் மிரட்டினதில் சுத்தமாய் ஒடுங்கிப்போனாள் நித்யா.

ஆனால் அந்த வழுக்கை மண்டையையும் அவன் இளிப்பையும் கண்டால் குமட்டிக்கொண்டு வருவதை மட்டும் அவளால் தடுக்க முடியவில்லை.

குடித்தனக்காரர்கள் சித்திக்குப் பயந்தோ இல்லை வேறு எப்படியோ தெரியாது, அவளுக்கு அடங்கி நடந்து கண்குத்திப் பாம்பாய் நித்யாவைக் கண்காணித்தது மட்டுமல்லாமல், "என்ன கொழுப்பு இருந்தா ஹரிஜனைக் கல்யாணம் பண்ணிக்கறேன்னு சொல்லுவா? தூ, உடம்பு கெடந்து அலையறது!" என்று சதா தூற்றவும் செய்யவே, வாயையிவிட்டுப் புலம்பியவளைத் தேற்ற ஒரு ஆத்மா இல்லாமல் போனதுதான் நிஜம்.

ரங்கா கொஞ்சம் வசதி உள்ளவர். கல்யாணச் செலவையும் தானே ஏற்றுக்கொள்வதாகச் சொல்லியிருந்ததால், பொந்து மாதிரியான இந்த இடத்தில் எப்படிக் கல்யாணத்தை நடத்த இயலும் என்று இரண்டு தெரு தள்ளியிருந்த சத்திரத்தைப் பேசி முடித்திருந்தார்கள்.

சத்திரம் என்றால் கூடமும் அறைகளும், பின் கட்டும் முன் கட்டும் கொண்டது இல்லை. இந்தப் போர்ஷனுக்கு அது தேவலை அவ்வளவுதான்.

ஊரிலிருந்து வரும் உறவினர் எவரிடமாவது தன் உள்ளக் குமுறலைக் கொட்டித்தீர்க்க முடியுமா என்று நித்யா யோசனை பண்ணாமல் இல்லை.

தெரிந்தவரைக்கும் ஒருத்தரும் உருப்படியாய்த் தோன்றவில்லை. சின்ன அத்தை பரவாயில்லையோ?

அவளும் வந்து இறங்கினதிலிருந்து ரங்கன் வாங்கித் தந்திருந்த சாமான்களை, அளித்திருந்த பணத்தைப் பார்த்து மலைத்தாளே தவிரவும், என்னடி இது அநியாயம் என்று ஒரு வார்த்தை கேட்கவில்லையே!

இனி என்னதான் செய்வது?

செத்துத் தொலைத்துவிட்டால் என்ன?

தண்டவாளத்தில் தலையைக் கொடுக்கலாமா? இல்லை கழுத்தில் புடவையைச் சுற்றிக்கொண்டு சாகலாமா?

இடியும் காற்றுமாய் மழை விடாது பெய்வதை ஜன்னல் வழியாகப் பார்த்துவிட்டு 'இடி எங்காத்து மேலே விழுந்து என்னையும் இந்த ராட்சசக் கூட்டத்தையும் சாக அடிக்காதா?' என்று பைத்தியக்காரத்தனமாய் ஆசை மட்டும் எழ, தன் கையாலாகாத் தனத்தை எண்ணியெண்ணி ஓயாது அழுதாள் நித்யா.

# 5

## மணி 8-00

ஆடும் நாற்காலியில் அமர்ந்திருந்த ராஜனுக்கு அருகே மேஜையிலிருந்த ஆஷ்ட்ரே நிரம்பி வழிந்ததால் தரை, மேஜை எல்லாம் சிகரெட் துண்டுகள், சாம்பல் மயம்.

ராத்திரி சுத்தமாய் தூங்காமல் அல்லவா பாக்கெட் பாக்கெட்டாக ஊதித்தள்ளியிருக்கிறார்!

ராஜனுக்கு வயது ஐம்பத்தி இரண்டு. இந்த ஐம்பத்தி இரண்டு வருஷ வாழ்க்கையில் இரண்டு நாட்களாய் அவர் கதிகலங்கி இருப்பது மாதிரி ஒருபோதும் இருந்ததில்லை என்றுதான் சொல்ல வேண்டும்.

சென்னையில் மிகப்பெரிய தொழிலதிபரான ராஜனுக்கு அப்படியென்ன அதிர்ச்சி என்று கேட்கலாம்.

ஒன்று இல்லை, இரண்டு இல்லை நாலு பக்கங்களில் இருந்தும் பயங்கரமாய்த் தாக்கினால், எந்தக் கொம்பனால்தான் தாக்குப்பிடிக்க இயலும்?

அதிர்ச்சிகளில் மிகப் பெரியது நேற்று மாலை வந்த சேதி.

'இண்டியா ஹெவி ஸ்ட்ரக்சரல்ஸ்' என்ற அவரது தொழிற் கூடத்தில் உற்பத்தி செய்யப்பட்டு குவைத்துக்கு அனுப்பப்பட்ட இரும்பு அழுத்தக் குழாய்களின் தரம் நன்றாக இல்லையாம். நேற்று மாலை குவைத் ஆயில் கம்பெனியின் பர்சேஸ் மானேஜர் போனில் இந்த விவரத்தைச் சொன்னபோது ராஜனால் நம்ப முடியவில்லை.

என் தொழிற்கூடத்தில் செய்யப்பட்ட குழாய்கள் தரம் இல்லாமல் இருக்கின்றனவா?

சாத்தியமேயில்லை. பர்சேஸ் மானேஜர் சரியாகத் தெரிந்து கொள்ளாமல் உளறுகிறான்.

ராஜனின் ஆறுதல் அரைமணிகூடத் தாக்குப்பிடிக்கவில்லை. தொடர்ந்து குழாய்களின் தரம் சரியாக இல்லாததால் அனுப்பின வரைக்கும் பைப்புகள் போதும் இனி அனுப்பத் தேவையில்லை, என்ற செய்தி டெலக்ஸில் வந்துவிட்டது.

குவைத் ஆர்டர் ரத்தாகிவிட்டதா?

இது எப்படி சாத்தியமாகும்?

கோடிக்கணக்கான இந்த ஆர்டரை வாங்க ராஜன் எத்தனை சிரமப்பட்டிருப்பார்? எண்ணெய்க் கிணறுகள் இருந்த பாலை வனங்களுக்கு எத்தனை முறை பறந்து சென்றிருப்பார்? எத்தனை பணம் செலவழித்திருப்பார்?

பெரிசாய் குவைத்தின் ஆர்டர் வருகிறதென்று உள்ளூர் ஆர்டர்களையும், மற்ற வெளிநாட்டு ஆர்டர்களையும் ஒதுக்கித் தள்ளிவிட்டாரே! இப்போது குவைத் ஆர்டர் ரத்தானால் 'இண்டியா ஹெவி ஸ்ட்ரக்சரல்ஸ்'ஸை நடத்துவது எப்படி? பணம் எங்கிருந்து புரளும்?

குழாய்களின் தரம் எப்படிக் குறைந்தது?

ஒன்றில் ஏதாவது தவறு இருந்தாலும், எதற்காக ஒட்டுமொத்தமாக இனி குழாய்களை மேற்கொண்டு அனுப்ப வேண்டாம் என்கிறார்கள்?

அல்லது அனுப்பின எல்லா குழாய்களிலும் கோளாறா?

உடனடியாகத் தொழிற்கூடத்தின் அத்தனை அதிகாரிகளையும் அழைத்து, அவசரக் கூட்டம் நடத்தி, கத்தித்தீர்த்தார் ராஜன்.

நேற்றிரவே குவைத்துக்கு சம்பந்தப்பட்ட அத்தனை பேருக்கும் 'கால்' போட்டுப் பேசிப் பார்த்தார்.

ம்ஹ்ஹ்ம் ஒருத்தனாவது பிடிகொடுத்துப் பேசவில்லை.

அத்தனை கோபமா?

ஏற்கனவே அம்பத்தூரில் இருந்த ராஜனின் மற்ற இரண்டு தொழிற்சாலைகளிலும் தொழிற்சங்கத் தகராறு ராஜன் பாக்கேஜிங் இண்டஸ்ட்ரி ஆட்கள் விஷயம் புரியாத கத்துக்குட்டி ஒருவன் பேச்சைக் கேட்டுக்கொண்டு ஆட்டமாய் ஆடுகிறார்கள்.

சுமுகமாய்த் தீர்வு காணாவிட்டால் வேலை நிறுத்தம் செய்யப் போகிறார்களாம்.

ஒரு வாரமாகவே இந்தத் தொழிலாளர்களின் பிரச்சினை, பேச்சுக்களில் மூழ்கி அவதிப்பட்டுக்கொண்டிருக்கும் ராஜனை குவைத் சமாச்சாரம் பேரிடியாய்த் தாக்கியதில் என்ன ஆச்சரியம்?

இதெல்லாம் போதாதென்று வீட்டிலும் நிம்மதியில்லை. ராஜனின் எண்பது வயது தாயார்க்காரி இப்பவோ அப்பவோ என்று கிடக்கிறார். அதுவும் இருபத்து நாலு மணி நேரமாய் கண்ணைத் திறக்கவில்லை வாயில் சொட்டு ஜலம்கூட இறங்கவில்லை. பிராணன் மட்டும் லேசாய் இழுத்துக்கொண்டிருக்கிறது.

'உன் கையாலே நா கொள்ளி வாங்கிக்கணும், ராஜப்பா.' நன்றாய் இருக்கும் நேரத்தில் வாய் ஓயாமல் அம்மா புலம்பியிருக்கிறாள்.

விஷயம் இப்படியிருக்கையில் ராஜனால் பிரச்சினைக்குத் தீர்வு காண குவைத்துக்கு எப்படி கிளம்பிப் போக இயலும்? போய் இரண்டு நாட்களில் திரும்பிவிடலாம் என்றாலும், அம்மாவுக்கு ஏதாவது ஆகிவிட்டால்... கடைசி நிமிடத்தில் அம்மாகூட இருக்க வேண்டாமா?

'உங்கப்பா மடிலே தலைவச்சி உசிருபோக எனக்குக் கொடுத்து வைக்கலை உன் கையாலே கங்கைத் தீர்த்தம் வாங்கிட்டாவது போனென்னாதான் நெஞ்சு வேகும்' என்று நினைவு போகுமுன் சொன்ன தாயை விட்டுவிட்டு அவர் எப்படிப் போக முடியும்?

அறைக் கதவைத் திறந்துகொண்டு அவர் மனைவி சகுந்தலா உள்ளே வந்தாள். சுகுமார், ராஜனின் இரண்டாவது பிள்ளையும்

கூடவே நுழைந்தான். அவன் என்ஜினியரிங் படித்துக் கொண்டிருக்கிறான். ராஜனுக்கு முதலில் பிறந்தது ஹேமா. அவள் கல்யாணமாகி பெங்களூரில் இருக்கிறாள். இப்போது பாட்டிக்கு ரொம்ப முடியவில்லை என்று இங்கு வந்து இரண்டு நாட்களாகின்றன.

"இப்படியே உக்காந்திட்டு இருந்தீங்கன்னா எப்படிங்க? ராத்திரிகூட ஒண்ணும் சாப்பிடலை. வாங்க பலகாரம் கொஞ்சம் எடுத்துக்குங்க... என்னங்க..."

"ஆமாம்பா எழுந்து வாங்க... கீழே வொர்க்ஸ் மானேஜர், ஜெனரல் மானேஜர் வந்திருக்காங்க..."

ராஜன் எழுந்தார். கோபப்பட்டு இனி என்ன புண்ணியம்? ஆக வேண்டியதை யோசித்து நிறைவேற்றினாலும் உண்டு.

சுகுமார் ஏ.ஸியை நிறுத்திவிட்டு, ஜன்னல் கதவுகளைத் திறந்தான்.

'விய்ங்' என்ற சப்தத்தோடு ஊளையிட்டுக்கொண்டு காற்று நுழைந்தது. திறந்த ஜன்னல் வழியாக வெளியே பார்த்தார் ராஜன்.

மரம், செடி, ஒன்றும் தெரியாதபடி வானம் இருண்டு மழை கொட்டிக் கொண்டிருந்தது.

"அம்மா எப்படி இருக்காங்க?"

"அப்படியேதான் இருக்காங்க... நர்ஸ் கூட இருக்காங்க. வீணா கவலைப்பட்டு என்ன ஆவப்போகுது? ம்... நீங்க வாங்க..."

கட்டையாய்க் கிடக்கும் தாயை நினைக்கையில் ராஜனுக்குக் கண்கள் சடாரென்று கலங்கிப்போயின.

இன்னிக்கு அம்மாக்கு எதனாச்சும் ஆயிடுச்சுன்னா, இந்த மழையிலே அவங்க காரியத்தை நல்லா கவனிக்கக்கூட முடியாதே!

மனசில் எழுந்த எண்ணங்களை ஒதுக்கிவிட்டு ராஜன் கீழே போக அறையைவிட்டு வெளியேறினார்.

∗∗∗

# 6

## மணி 8-30

குடிசையில் கால் வைக்க ரவை இடமில்லாமல் கூரை ஒழுகியது. மேட்டில் குடிசை இருந்ததோ, இந்த மாட்டுக்காவது பிழைத்ததோ! சற்றுத் தள்ளி பள்ளத்தில் இருந்த குடிசைகளெல்லாம் ஜில்லென்ற தண்ணீருக்குள் முங்கிக்கொண்டு உட்கார்ந்துவிட்டதால் அந்தக் குடிசைவாசிகளெல்லாம் சேரியை அடுத்திருந்த உயர்நிலைப்பள்ளிக் கட்டடத்தில் தஞ்சம் புகுந்திருந்தனர். மேட்டுப் பகுதியில் இருந்த நாலைந்து குடிசைகள் மட்டும் இதோ அதோ என்று தப்பி நிற்கின்றன.

அமராவதிக்குக் கோபமான கோபம்.

குத்துக்கால் இட்டுக்கொண்டு, வாசலில் தொங்கின சாக்குப் படுதாவுக்கு அருகில் குந்தியிருந்த கன்னியப்பனைப் பார்க்கப் பார்க்க ஆத்திரம் பீறிட்டது. குடிசையில் அங்குமிங்குமாய் குழந்தைகள் பசியின் காரணமாய் ஈரத் தரையில் சுருண்டு கிடந்த காட்சி அவள் கோபத்துக்குத் தூபம் போட்டது.

கன்னியப்பன் துண்டு பீடியை இழுத்து புகையை வெளியேவிட்டு ஒரு தடவை செருமினதும் ஆக்ரோஷமாக கத்தத் தொடங்கினாள் அமராவதி.

"பேமானி மனுஷனுக்கு பீடி கேக்குதாங்காட்டியும்... தூ... பெத்த கொயந்தங்களுக்கும், கட்ன பொஞ்சாதிக்கும் வயிறார சோறு போடத் துப்பில்லை! பீடி என்னா பீடி... தூ... பேமானி... பேமானி..."

சர்ரென்ற சப்தத்துடன் தொண்டையிலிருந்து எச்சிலைக் கூட்டி கன்னியப்பனின் அருகில் காறித் துப்பினாள் அமராவதி.

பத்து நாட்களாகத்தான் அமராவதியிடம் இப்படி சதா வாங்கிக் கட்டிக் கொள்கிறாள் கன்னியப்பன். போன மாசம் வேலை போனபோதுகூட, "அட, அந்த வேலை இல்லாங்காட்டியும் இன்னொண்ணு... வுடுவியா" என்று சமாதானம் சொல்லிவந்த அமராவதி, கையிலிருந்த பணத்தையும், தட்டுமுட்டுச் சாமான்களையும் அடகு வைத்தும் இருபது நாட்களை ஓட்டின பிறகு நாலு நாட்களாக ஒரு வேளைக் கஞ்சிக்குக்கூட வகையில்லாமல் போனதிலிருந்துதான் இப்படிக் கண்மண் தெரியாத எரிச்சல் பிராண்டியெடுக்கக் கத்துகிறாள்.

ஏழு குழந்தைகள். பெரியவனுக்கு பன்னிரண்டு, கடைசி மகளுக்கு ஒண்ணரை வயசு. வயிற்றில் எட்டு மாசம். போதுமா?

ஒரு பிடி சாப்பிட்டாலும் அதை வயிற்றில் உள்ளது உறிஞ்சிக் கொண்டதால் எந்நேரமும் உடம்பில் ஒரு ஆயாசம் சட்டி சோறை ஆக்கி வைத்துக்கொண்டு தான் ஒருத்தியாய் உண்ணவேண்டும் என்ற வெறி.

அக்கம் பக்கத்தில் யாரிடமாவது பண உதவி கேட்கலாம், இல்லையென்றால் அரைப்படி கேப்பமாவோ சோளமாவோ கேட்கலாம் என்றால் அதற்கு வழியில்லாமல் இந்தப் பாழும் மழை அழிச்சாட்டியம் பண்ணிக்கொண்டிருந்தது.

சொந்தக் குடிசையை விட்டுவிட்டு பள்ளி வராந்தாக்களில் தஞ்சம் புகுந்திருக்கும் அல்லு அசலாரிடம் உதவி கேட்டுப் போனால் அடிக்க வரமாட்டார்களா?

ஏற்கனவே அவர்கள் சொல்லிக்காட்டுகிறார்கள்.

"உனக்கு என்னாடி? சம்முனு மோட்டுலே குடிசை... ராசாத்தி கணக்கா சொந்த வூட்டுலே இருக்கறே! எங்கள் மாதிரி லோல் படறியா, என்னா?"

தெரிந்தவர்கள் அத்தனை பேரிடமும் சில்லறை வாங்கியாயிற்று இனி என்ன செய்வது?

போகட்டும், கந்தலைக் கட்டிக்கொண்டு சுமாராய் இருக்கும் இரண்டு வாயில் புடவைகளை அடகு வைத்து நாலோ, ஐந்தோ வாங்கி வரலாம் என்றால் நாசமாய்ப் போகிற மழையால் கடை திறக்கவேயில்லை.

நேற்று காலை ஆளுக்கு ஒருவாய் கேப்பங்கஞ்சி குடித்ததுதான். அப்புறம் சுத்த பட்டினி. அழுது சிணுங்கிய குழந்தைகளை அடித்து மிரட்டி அடக்கிவிட்டாலும், அவள் வயிறு கபகபவென்று அடங்க மாட்டேன் என்று எரிவதால் வாய் ஓயாமல் கணவனை ஏசுவதைவிட்டு வேறு ஏதும் அமராவதிக்குத் தெரியவில்லை.

சூரியன் கிளம்பினால் சூட்டில் கொஞ்சம் ஆஸ்வாசப்படுத்திக் கொள்ளலாம் என்றாலும் நடக்க வழியில்லை.

உஸ் உஸ் என்று வீசிய காற்றில் பற்கள் கிட்டிப்போக, மீண்டும் கத்தத் தொடங்கினாள் அமராவதி.

"நீயெல்லாம்        ஒரு       மனுஷனாய்யா?       ஒனக்கெல்லாம் என்னாத்துக்கு மானம் ரோஷம் எல்லாம்? அறுவாளை எடுத்துகினு பசங்களை ஒரே போடா போட்டுடு... நிம்மதியாயிடும். என் கண் முன்னாலே உக்காராதே... எந்திரி... எங்கனாச்சும் போய் நாலு காசு கொண்டு வந்தா இங்க வா... இல்லாட்டா எக்கேடு கெட்டுப் போ."

✳ ✳ ✳

# 7

## மணி 9-45

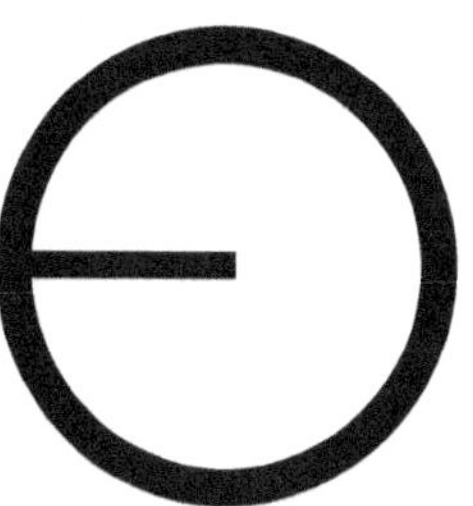

அகில இந்திய வானொலியின் சென்னை அலுவலகத்தின் முதன் மாடியிலிருந்து பார்த்தால் சமுத்திரத்தின் சீற்றம் நன்கு புரிந்தது. 'ஆ' வென்று விரிந்துகிடந்த மணற்பரப்பில் பாதிக்கும் மேல் சமுத்திரம் பொங்கிவந்திருந்ததைப் பார்த்த சென்னை வாசிகள் எல்லாம் இந்த மாதிரி கடல் உட்புகுந்து நாங்கள் பார்த்ததில்லை என்றே திரும்பத்திரும்ப சொல்லிக்கொண்டிருந்தார்கள்.

வழக்கமாய் பரபரப்புடன் இயங்கிக்கொண்டு இருக்கும் சென்னை வானொலி நிலையத்தில் அன்றைக்கு அதிக ஜன நடமாட்டத்தைக் காணோம்.

ட்யூடி ரூமில் இருந்த ட்யூடி ஆபீஸருக்கருகில் நின்றுகொண்டிருந்தான் சந்திரன்.

ஒன்பதரைக்கு முடிந்துவிடும் ஒலிபரப்பை அன்றைக்குத் தொடர்ந்து நீடிக்கச் சொல்லி டைரக்டர் உத்தரவு பிறப்பித்து இருந்தார். அரைமணிக்கு ஒருமுறை வானிலை அறிக்கை ஒலி பரப்பினால் மக்களுக்கு சௌகரியமாக இருக்கும் அல்லவா?

விடாமல் ஒலிபரப்பைக் கேட்கும் மக்களுக்கு நல்ல நிகழ்ச்சிகளாக அமைத்துக் கொடுக்க நிகழ்ச்சித் தயாரிப்பாளர்கள் ஒன்றுகூடி முடிவெடுத்தபின் 'டேப் லைப்ரரிக்குப்போய் தேவையான ஒலிப்பதிவு செய்த டேப்புகளை எடுத்துக் கொடுத்துவிட்டு வேறு வேலைகளைக் கவனிக்கப் பிரிந்தனர்.'

இளைய பாரதத்தைக் கவனிக்கும் சந்திரன் சென்ற வருஷம் ஒலிபரப்பான சில சுவாரஸ்யமான பேட்டிகளைத் தொகுத்து வைத்துவிட்டு ட்யூடி ஆபீஸரின் அறைக்குள் நுழைந்தான்.

அன்றைக்கு ரமணனின் ட்யூடி.

அருகிலிருந்த நாற்காலியில் அமர்ந்தான் சந்திரன். "காலையிலே எப்படி வந்தீங்க? பஸ் பிடிச்சு வந்திருக்க முடியாதே?",

சந்திரன் கேட்டான். அவன் பாடு தேவலை. லஸ் சர்ச் ரோடில் தான் அவனது இல்லம். பத்து நிமிஷ நடையில் இங்கு வந்து விடலாம்.

"டாக்ஸியிலேதான் வந்தேன். முதல்லே லீவு போட்டுடலாமானு பார்த்தேன். அப்புறம் மனசு கேட்கலை. எப்படியோ வந்துட்டேன்."

"பீச் பார்த்தீங்களா?"

"ம்... ம்... பயங்கரமா இருக்கு... இல்லே?"

"நிலைமை சரியாகும்னு நினைக்கறீங்களா, ரமணன்? நேத்தே ஒரிஸ்ஸாவைப் புயல் கடக்கும்னாங்க... இன்னும் நியூஸ் வரலியே!"

"காற்றும் மழையும் அதிகமாய் இருக்கறதாலே இன்னிக்குதான் கடக்கும்னு தோணுது."

"ஸ்பெஷலா வேறு ஏதாவது தகவல் கிடைச்சுதா?"

"ம்ஹும் இல்லை..."

"சரி நா அப்பறமா வரேன்"

சந்திரன் அறையை விட்டு வெளியே வந்தான். முதல் மாடியில் தன் இருக்கைக்குச் சென்று அன்று மதியம் பதிவு செய்யவேண்டிய இரண்டு நிகழ்ச்சிகளுக்காக அங்கு வரவிருந்த நபர்களுடன் பேச எண்ணி, முதலில் அந்தப் புத்தகப் பதிப்பாளரோடு போனில் தொடர்பு கொண்டான்.

"இன்னிக்கு ரிகார்டிங் வேண்டாம் வெதர் நல்லா இல்லே. எதுக்கு வீண் அலைச்சல்? இன்னொரு நாள் பார்த்துக்கலாம்"

என்று சொல்லி வைத்தான். இரண்டாவது நிகழ்ச்சிக்கு வர இருந்த பின்னணிப் பாடகரின் வீட்டு எண்களைச் சுழற்றினான்.

'ங்க...' என்று டெலிபோன் ஹீனமாய் முனகியது. அவுட் ஆப் ஆர்டர்.

'இந்தப் பேய் மழையிலே இவ்வளவு தூரம் சென்னை டெலிபோன்கள் வேலை பண்ணறதே ஜாஸ்தி' என்று முனகின சந்திரன், பாடகரோடு எப்படித் தொடர்புகொண்டு ஒலிப்பதிவு ரத்தானதைச் சொல்லலாம் என்ற யோசனையில் ஆழ்ந்தான்.

# 8

## மணி 10-30

**ஸர்.**ஸி.பி. ராமசாமி அய்யர் சாலையிலிருந்த அந்த எஸ்.எம். மருத்துவமனை சென்னையில் ரொம்ப பிரசித்தம். அதற்கு சொந்தக்காரரான டாக்டர் சந்தோஷம் ஜான்ஸன் அதைவிடப் பிரசித்தம். பன்னிரண்டு வருஷங்கள் கனடாவில் டாக்டராகப் பணியாற்றியவர், தாய் நாட்டின்மீது உண்டான பிரேமை காரணமாய் சென்னைக்குத் திரும்பி வந்தார். ஏகமாய் சம்பாதித்துக் கொணர்ந்த பணத்தைப் போட்டு நகரின் நடுநாயகமான பகுதியில் தன் மருத்துவமனையைக் கட்டினார். எண்ணி இரண்டு மாடிகள். மாடிக்குப் பத்து அறைகள், மொத்தம் இருபது, அத்தனையும் ஏ.ஸி. செய்யப்பட்ட சௌகரியமான அறைகள். எல்லாம் அசல் மேல்நாட்டு நாகரிகம். கீழ்த்தளத்தில் இருந்தவற்றில் நான்கு தீவிர சிகிச்சை அறைகள். மூன்றாம் மாடியில் ஆப்ரேஷன் தியேட்டர் மட்டும்.

ஜான்ஸன் இருதய, நுரையீரல் வியாதிக்கு எமனாய் விளங்கியதால், சதா ஜகஜகவென்று எஸ்.எம். மருத்துவமனையில் கூட்டம். கீழ்மட்ட, நடுத்தர வர்க்கத்தினரை எல்லாம் அங்கு மருந்துக்குக்கூடப் பார்க்க முடியாது. ஊரில் முக்கிய புள்ளிகள், சினிமா நட்சத்திரங்கள் அத்தனை பேருக்கும் ஜான்ஸன்தான் டாக்டர்.

ஜான்ஸன் தன் மருத்துவமனையை ஒரு பாலி க்ளினிக்காகத் திட்டமிட்டு நடத்தியதால், அங்கு எந்த நிபுணரையும் கலந்தாலோசிக்கலாம். ஆராய்ச்சிக்கூடம், எக்ஸ்ரே யூனிட் என்று சர்வமும் அங்கேயே இருந்தது.

எஸ்.எம். மருத்துவமனை, திறமைக்கு மட்டுமல்லாமல், அதன் சௌகரியத்துக்கும் அழகான தோற்றத்துக்கும்கூடப் பேர் பெற்றிருந்தது. நவீன மோஸ்தரில் கட்டப்பட்ட கட்டடம், பச்சைப் புல்வெளி, வண்ண மலர்கள் வரிசை வரிசையாய் பூத்துக் குலுங்க... ஒரு மருத்துவமனை தோற்றம் இல்லாமல் நவநாகரிக ஹோட்டலின் அமைப்புடனே எஸ்.எம்.எச். விளங்கியது.

இரண்டு நாட்களாக டாக்டர் ஜான்ஸனுக்கும், மற்ற டாக்டர்களுக்கும் வேலை அதிகம் இருக்கவில்லை. மழையின் கடுமையால் அவசரக் கேஸ்கள் மட்டும் வந்து போயினவே தவிரவும், சாதாரணமாய் 'மாஸ்டர் செக் அப்' அது, இது என்று வரும் கூட்டம் கிடையாது.

காலை ஏழு மணிக்கு வழக்கம்போல ஜான்ஸன் வந்து நோயாளிகளைக் கவனித்த பிறகு, சில முக்கிய லெட்டர்களுக்கு உதவியாளரிடம் பதில்கள் சொன்னார். அவை டைப் ஆகி வந்தபிறகு கையெழுத்து போட்டுவிட்டு வீட்டுக்குப் போனால் என்ன என்று யோசித்தார்.

வரவேற்பு மேஜையை அடையும்போது வரவேற்பாளர் ரேடியோ கேட்பதைக் கண்டு 'வானிலை பத்தி ஏதாவது சொன்னாங்களா?' என்று வினவினார். 'ஏற்கெனவே சொன்னதுதான். ஆனா, நாள் முழுக்க வானிலை பத்தி அறிவிக்கப் போறாங்களாம்.'

நாள் முழுவதும் விடாமல், வானிலை பற்றி அறிவிக்கப் போகிறார்களா? நல்லது. மக்கள் முன்னெச்சரிக்கையாக இருப்பது நல்லதுதானே! ஆனால் இந்த ஊர் ஜனங்கள் ரேடியோவின் அறிக்கையை லட்சியம் பண்ணுவதாகத் தெரியவில்லையே? வானிலை அறிக்கையை கேலிதானே செய்கிறார்கள்! அதெல்லாம் மேல்நாட்டினரிடம்தான் கற்றுக்கொள்ள வேண்டும். அன்றாடம் வானிலை எப்படி இருக்கும் என்று ரேடியோவில் கேட்காமல் தெருவில் கிளம்ப மாட்டானே?

அவசரக் கேஸ்கள் வந்தால் தன்னை வீட்டில் தொடர்பு கொள்ளச் சொல்லிவிட்டு ஜான்ஸன் தன் வண்டியை எடுத்தார்.

நான்கு நாட்களாகப் பெய்யும் மழையோ, ஊதக்காற்றோ அவருக்குத் துன்பமாக இல்லை. சொல்லப் போனால் இயற்கையின் இந்தத் தாண்டவத்தை அவர் ரசிக்கவே செய்தார். நான்கு நாட்களாக வேலை கம்மி. ஸில்வியா, குழந்தைகளுடன் நிறைய நாழிகை இருக்க முடிவதும் இந்த மழையால்தானே!

தவிரவும், மாலை நேரங்களில் இப்படி வானம் மூடிக் கொண்டால் விஸ்ராந்தியாய் குடிக்க ஜான்ஸனுக்குப் பிடிப்பதையும் இந்த நான்கு நாட்களாகத்தானே செய்ய முடிகிறது?

வீட்டுக்குப்போய் லஞ்சுக்குமுன் டைம் பத்திரிகையைப் புரட்டிக்கொண்டே இரண்டு கிளாஸ் வொயின் அருந்தினால் என்ன என்ற நினைப்புத் தோன்ற, விஸில் அடித்த வண்ணம் காரைச் செலுத்தினார் ஜான்ஸன்.

✳✳✳

# 9

## மதியம் 12-30

**வா**னிலையில் இப்படி ஒரு எதிர்பாராத திருப்பம் வரும் என வானிலை ஆராய்ச்சியாளர்களே நம்பவில்லை.

ஒரிஸ்ஸாவிலிருந்து முன்னூற்று ஐம்பது கிலோமீட்டர் தொலைவில் மையம் கொண்டிருந்த காற்றழுத்தம் தீவிரமாகி, சற்றும் நம்பத்தகாத வகையில் தென்திசையை நோக்கி நகரத் தொடங்கியிருப்பதை முதலில் உணர்ந்தது மீனம்பாக்கம் ஆராய்ச்சி நிலையம்தான்.

புயலா? சென்னையின் அருகே கடக்கப் போகிறதா? நாலு நாட்களாய் தாக்கும் என எதிர்பார்க்கப்பட்டு, தேவையான ஏற்பாடுகளையெல்லாம் செய்துகொண்டு அதை வரவேற்கக் காத்திருக்கும் ஒரிஸ்ஸாவுக்கு 'பெப்பே' காட்டிவிட்டு இங்கு தன் பார்வையைத் திருப்பிவிட்டதா?

சம்பந்தப்பட்ட பிரிவுகளுக்கு உடனடியாய் செய்தி போகத் தொடங்கியது.

சென்னை வானொலி நிலையத்துக்கு அவசரச்செய்தி போயிற்று.

'இரவுக்குள் விசாகப்பட்டினத்துக்குத் தெற்காகப் புயல் கரையைக் கடக்கலாம் இதன் விளைவாக மணிக்கு நூற்றி இருபது கிலோமீட்டருக்கும் அதிகமான காற்று வீசக்கூடும்' என்ற அறிவிப்பை அரைமணிக்கொருமுறை ஒலிபரப்ப, நிலைய இயக்குநர் கட்டளை பிறப்பித்தார்.

போலீஸ்காரர்கள் ஜீப்பிலும், வேனிலும் ஏறிக்கொண்டு கடலோரப் பகுதிகளுக்குச் சென்று நிலைமையை ஒலிபெருக்கிகளில் சொல்ல முற்பட்டார்கள்.

துறைமுகத்தில் ஏழாம் நம்பர், பத்தாம் நம்பர் கொடிகள் ஏற்றப்பட்டன.

கடலலைகள் வழக்கத்தைவிட இரண்டு மீட்டர் கூடுதலாய் உயரும் என எதிர்பார்த்ததால் மீனவர்களும், கடலோரக் குடிசை வாசிகளும் எச்சரிக்கப்பட்டு, பலர் அப்புறப்படுத்தப்பட்டனர்.

தூங்கிவழிந்த சென்னை நகரம் சோம்பேறித்தனத்தை உதறிவிட்டு சுறுசுறுப்பாக இருக்க ஆரம்பித்தது.

காலையிலிருந்து மழை பலத்து, காற்றின் வேகமும் அதிகரித்துவிட்டதால் தெருக்களில் அடி உயரத்துக்குத் தண்ணீர் ஜலஜல வென்று ஓடியது. கார்ப்பரேட்டருள் தண்ணீர் புகுந்து கொண்டமையால் ஆங்காங்கு நின்றுபோன நூற்றுக்கணக்கான வண்டிகளை அப்படியே விட்டுவிட்டு எப்படியோ அவரவர் வீட்டுக்குப் போய்ச் சேருவதில் கண்ணாய் இருந்தனர்.

நான்கு லாரிகள் குடைசாய்ந்ததாகவும், பல பஸ் வாகனங்கள் சேற்றில் அகப்பட்டுப்போனதாகவும், அறுந்த மின்சார ஒயரில் மாட்டிக்கொண்டு ஆடுமாடுகளும், இரண்டு மனிதர்களும் உயிர் இழந்ததாகவும், பாதாளச் சாக்கடையின் மூடிகள் பல இடங்களில் திறந்து கொண்டதில் ஒரு பையன் மூழ்கி இறந்துபோனான் என்றும் சேதிகள் மக்களிடையே பரவத் தொடங்கின.


✳✳✳

# 10

## மதியம் 1-00

**சா**ப்பிடக்கூடப் போக முடியாதபடி சம்பத்துக்கு வேலை சரியாக இருந்தது. புல்வெளியில் நடக்க ஏற்பாடாகியிருந்த இரவு விருந்தை மாடி சாப்பாட்டுக் கூடத்துக்கு மாற்றினான். முந்நூறு பேர் தாராளமாக சாப்பிடுவது கஷ்டம் இருநூற்று ஐம்பது மேஜை நாற்காலிகளே அங்கு இருந்தன. மழையின் காரணமாய் ஐம்பது பேராவது விருந்துக்கு மட்டம் போடுவார்கள் என்ற தைரியத்துடனே சம்பத் இந்த மாற்றத்தைத் துணிந்து செய்தான். நல்ல வேளையாக ஜேஸ்ஸ் நிகழ்ச்சிக்கு சிற்றுண்டிதான். ஏ.ஸி. சாப்பாட்டுக் கூடத்தில் மேஜைமேல் வரிசையாய் பதார்த்தங்களை வைத்துவிட்டால் தாங்களே பரிமாறிக்கொண்டு விருந்தினர் சாப்பிடுவார்கள். உட்கார வைத்துப் பரிமாறும் ஜோலி இல்லை.

803 ஆம் அறையில் வெந்நீர் வரவில்லையாம் தங்கியிருக்கும் கோயமுத்தூர்க்காரருக்குக் கோபம். கட்டின நாலு முழம் வேட்டியுடன் கீழே சம்பத்தின் அறைக்கு வந்து கத்திவிட்டுப் போனார். ப்ளம்பர் முனுசாமியை அழைத்து முதலில் அதைப் பார்க்கச் சொல்லிவிட்டு ஸ்டோர்ஸை நோக்கிப் போனான் சம்பத்.

அவன் எதிர்பார்த்தது போலவே பால் சப்ளை சரியாக இல்லை. பால்பவுடரை சரிக்கு சரி போட்டு சமாளிக்கும்படி சூப்பர் வைஸரிடம் சொன்னான். பின் எதையோ நினைத்துக்கொண்டு அலமாரியில் மெழுகுவர்த்திகள் உள்ளதா என்று பார்த்தான் இருந்தன. ஒன்று, இரண்டு, ஆறு டஜன் போதாதா? மின்சாரம் திடீரென்று நின்றுபோனால் இது போதுமா! ஆளுக்கு

ஒன்று கேட்பார்களே! ஞாபகமாக இன்னும் ஆறு டஜன் மெழுகுவர்த்திகளை வாங்கி வைக்க வேண்டும்.

அன்றைய பொழுதுக்குத் தேவையான சாமான்களை மனசுக்குள் குறித்துக்கொண்டு வரவேற்புக் கூடத்துக்கு வந்தான் சம்பத்.

போர்ட்டிகோவில் நின்ற டாக்ஸியிலிருந்து இறங்கி உள்ளே நுழைந்த இளம் தம்பதியிடம் அவன் கவனம் போயிற்று.

சென்ட்ரலில் இறங்கி, டாக்ஸி பிடித்து இங்கு வருவதற்குள் நன்றாய் நனைந்துவிட்டாள் மஞ்சு. அவளுக்கு லேசாய் குளிர் எடுத்தது. அருகில் டாக்ஸிக்குப் பணம் கொடுத்துக்கொண்டிருந்த ரவியின் கைக்குள் தன் கையைக் கோர்த்துக்கொண்டு அவன் உடம்போடு ஒட்டிக்கொண்டாள்.

ஹோட்டல் பையன் சாமான்களை வரவேற்பு மேஜையிடம் வைத்ததும், ரவி பேசு முன்னரே வரவேற்பாளர் மாலதி கேட்டாள்.

"முன்பதிவு செய்திருக்கிறீர்களா?"

இல்லை என்று ரவி தலையாட்டினான்.

"ஐ'ம் ஸாரி! ஹோட்டல் ஃபுல்லாக இருக்கிறது, சார். ஒரு ரூம்கூட இல்லை."

காலையில் வந்து சேர்ந்திருக்க வேண்டிய ரெயில் ஆறு மணி நேரம் தாமதமாய் வந்ததனால் உண்டான களைப்பு, பசி மஞ்சுவின் முகத்தில் வெளிப்படையாகத் தெரிந்தது.

"ப்ளீஸ் மேடம், நாங்க ரொம்பவும் களைப்பாக இருக்கிறோம். இந்த மழையில் எந்த ஹோட்டலைத் தேடிப் போக முடியும்? டாக்ஸிகூடக் கிடைக்காது. கொஞ்சம் பாருங்களேன்."

"மன்னிக்கணும்... என்னால் முடிந்தால் செய்யமாட்டேனா?"

தன்னறைக்குப் போக வரவேற்பு மேஜையைக் கடந்த சம்பத்துக்கு ஏனோ அந்த தம்பதியைப் பார்த்தால் பாவமாக இருந்தது.

நின்றான் என்ன விஷயம் என்று விசாரித்தான்.

மாலதி சொன்னாள்.

"நெல்லூர் ஆள் அறை காலியாகி இருக்குமே?"

கொஞ்சம் தயங்கிவிட்டு "அந்த அறையை மிஸ்டர் சிதம்பரத்துக்காக ரிஸர்வ் பண்ணியிருக்கேன், சார்" என்றாள்.

மிஸ்டர் சிதம்பரம் முதலாளிக்கு ரொம்ப வேண்டியவர், மதியம் விமானத்தில் வருவதாகத் தகவல் வந்திருக்கிறது.

பார்வையை வாசல் பக்கம் திருப்பினான் சம்பத். 'சோ' என்று கொட்டும் மழை ஆளைத் தூக்கும் காற்று.

இந்த மழையில் விமானப் போக்குவரத்து சரியாக இயங்குமா? "பரவாயில்லை மாலதி இவர்களுக்கு அந்த அறையைக் கொடுத்துவிடு. மிஸ்டர் சிதம்பரத்துக்கு வேறு ஏற்பாடு செய்துகொள்ளலாம்."

"ரொம்ப தாங்ஸ் நாங்க வந்த ரயில் ஆறுமணி நேரம் லேட், உடம்பு அசந்துபோய்விட்டது. நேராக ரூமுக்குப்போய் உடை மாற்றி, சாப்பிட்டுவிட்டுத் தூங்கினால்தான் நிம்மதி. தாங்ஸ் அகெயின்."

மிஸ்டர் அண்ட் மிஸஸ் ரவி என்று ரிஜிஸ்டரில் அவன் விவரங்களைப் பூர்த்தி செய்யத் தொடங்கியதும், தலையை ஆட்டி அவளின் நன்றியை ஏற்றுக்கொண்டு சம்பத் தன்னஅறையை நோக்கி நடந்தான்.

# 11

## மதியம் 2-00

படுக்கையில் படுத்து அரைத்தூக்கத்தில் ஆழ்ந்த செந்திலுக்கு அம்மாவின் காரக்குழம்பை ஒரு பிடி பிடித்திருந்ததில் சுகமான உறக்கம் கண்ணைச் சுழட்டியது.

மேலதிகாரியுடன் வெளியே இரண்டு இடங்களுக்குப் போய்விட்டு அவர் ஜீப்பிலேயே வந்து வீட்டில் செந்தில் இறங்கிக் கொண்டபோது மணி பன்னிரண்டைத் தாண்டிவிட்டது. எட்டு மணி நேரம்தான் அவனுக்கு வேலை என்றாலும் அன்று உபரியாய் பல மணிநேரங்கள் மழையிலும், காற்றிலும் அலைந்து திரிந்து வேலை பார்த்ததில் வீட்டுக்குள் காலடி எடுத்துவைத்தபோது உடம்பு ஓய்ந்துபோயிருந்தது.

பிள்ளை எப்போது வேண்டுமானாலும் வரலாம் என்ற ஆதங்கத்தோடு ஸ்டவ்வில் அம்மா போட்டு வைத்திருந்த வெந்நீரில் நன்றாய்க் குளித்துவிட்டு சாப்பிட உட்கார்ந்தான்.

"காய் ஒண்ணுமே இல்லேடா, செந்தில் காரக்குழம்பும் பருப்புத் துவையலும்தான் நா என்னா பண்ணுவேன்! வானம் வெளுத்தா கடைகண்ணிக்குப் போய் வாங்கிவரலாம்."

செந்திலுக்கு இருந்த பசியில் அம்மாவின் சமையல் அம்ருதமாக இருந்தது.

சாப்பிட்டபின் கட்டிலுக்கு வந்து சாய்ந்தான்.

நல்ல தூக்கத்திலிருந்தவன் பலமாய் ஒலிக்கும் ஜீப் ஹாரன் கேட்டு தூக்கிவாரிப்போட எழுந்தான். இவன் வாசக்கதவிடம்

போவதற்குள் ரெயின் கோட்டு அணிந்த ஜீப் டிரைவர் கேட்டில் வந்து நின்றான்.

இவன் கோட்டப் பொறியாளரின் டிரைவர் ஆயிற்றே! எதற்காக வருகிறான்? அவர் என்னை இறக்கிவிட்டுப்போய் இரண்டு மணிநேரங்கூட ஆகவில்லையே! மவுண்டுரோடு ஆபீஸில் மீட்டிங் இருக்கிறது என்றாரே! அதற்குப் போகவில்லையா?

செந்தில் யோசித்துக்கொண்டு நிற்கையிலேயே டிரைவர் கதவருகில் வந்துவிட்டான். மழையின் சப்தத்தை மீறிக்கொண்டு உரக்கப் பேசினான்.

"ஐயா ஜீப்பிலே இருக்காரு உங்களை வரச் சொன்னாரு–"

மழையில் நனைந்து கொண்டே ஜீப்பிடம் ஓடினான் செந்தில்.

"ஏம்பா மழையிலே வரே? போய் டிரஸ் பண்ணி, கோட்டு போட்டுட்டு என்னோட வா... அவசர வேலையிருக்கு, நரசிம்மனாலே ஒண்டியா சமாளிக்க முடியலை நீயும் கூட இருந்தா ஆளுக்கொரு வேலையா கவனிக்கலாம். என்ன வர்ரியா? புயல் ஒரிஸ்ஸாவை விட்டுத் தெற்குப் பக்கமாய் திரும்பிடுச்சே நியூஸ் தெரியுமா?"

செந்தில் வீட்டுக்குள் ஓடினான்.

"என்னப்பா?" என்ற தாயிடம் "டி. ஈ. வந்திருக்காரும்மா. புயல் வரப்போகுதாம். வேலையைக் கவனிக்க ஆள் பத்தலியாம் கூப்பிடறாரு நா போய்வரேன்" என்று சொல்லிக்கொண்டே பாண்ட், ஷர்ட், ரெயின்கோட், தொப்பி, கம்பூட்ஸ் என்று ஒவ்வொன்றாக அணிந்தான்.

"ஏம்பா, அதுக்கு நீதான் போகணுமா? ராத்திரி விடிய விடிய கண்முழிச்சி வேலை பார்த்திருக்கே. செத்த கண்ணயராம என்ன செந்தில் வேலை இது?"

சிரித்துக்கொண்டே செந்தில் ஓடிச்சென்று ஜீப்பில் ஏறினான்.

ஜீப் கிளம்பியது.

"ஆபீஸில் மீட்டிங் இருக்குன்னிங்களே, போலையா சார்?"

இவனை இறக்கிவிட்டு நேராக அங்குதான் போனாராம். இவர் போய் நுழைந்ததும் நுழையாததுமாய் அத்தனை கோட்டப் பொறியாளர்களையும் தலைமைப் பொறியாளர் கூப்பிடுவதாகச் சொல்லவே அவர் அறைக்குப் போனார்களாம். சென்னையைத் தாக்கப்போகும் மழை, காற்றின் கடுமையை விவரித்துவிட்டு அவரவர் பகுதியைக் கவனிக்க உடனே திரும்பிவிடுவது நல்லது என்றதால் இவர் வந்துவிட்டாராம்.

"நிலைமை ரொம்ப மோசமாய் இருக்கும்போலத் தோணுது, செந்தில். ஏகப்பட்ட புகார்கள். நிறைய பேர் ஷாக் அடிச்சு செத்துப் போயிட்டாங்களாம். ஒவ்வொரு பகுதியிலும் பதில் சொல்லி சமாளிக்க முடியாதபடி பிரச்சினைகள். போதாத குறைக்கு ஸி.ஈ. ஆபீஸ் போயிருந்தப்பேர எண்ணூர் பத்தி சொன்னாங்க... அது வேறே சங்கடம்..."

"எண்ணூருக்கு என்ன ஆச்சு, சார்?"

"அட, உன்கிட்டே அதைச் சொல்லலியா? கூலிங் கண்டென்சருக்குள்ளே மணல் வந்து புகுந்து அடைச்சிடுச்சாம். பிளாண்ட்டுக்குள்ளே தண்ணீர் ஒரடி போல நிக்குதாம். காலனி நம்பர் ஒண்ணுலே சமுத்திரம் புகுந்திடுமான்னு பயமா இருக்குதாம். எண்ணூர் – மெட்ராஸ் ரோடுலே அங்கங்கே கடல்நீர் ரோட்டைக் கடக்குதாம். நினைச்சாலே பயமாக இருக்குதப்பா! ஜெனரேஷன் சூப்பரின்டென்டன்ட், என்ன பண்ணலாம்னு ஸி. ஈக்கு போன் பண்ணி இருக்காரு. பேசிக்கிட்டே இருக்கும்போது டெலிபோன் தொடர்பு துண்டிச்சுப் போச்சாம். பின்னே, இந்த மழையிலே லைன் ரிப்பேர் ஆகாம என்ன செய்யும்?"

காலையில் துரைசாமியுடன் பேசினது செந்திலின் நினைவுக்கு வந்தது.

'கடலின் சீற்றம் பார்க்க அழகாக இருக்குன்னானே... இப்போ அவனைக் கேக்கணும், எப்படிப்பா இருக்குதுண்ணு! காலனி

நம்பர் ஒண்ணில்தானே அவன் வீடு! அழகான சமுத்திரம் வீட்டுக்குள் புகுந்தால் அவன் என்ன நினைப்பான்?'

கூலிங் கண்டென்ஸர்களுக்கு கடல் நீரை உபயோகப்படுத்துவதால், பொங்கியெழுந்த தண்ணீர் மணலை அடித்துக்கொண்டு உள்ளே வந்துவிட்டதா?

எண்ணூர் தர்மல் பிளாண்டின் உற்பத்தி நின்றால் ரொம்பக் கஷ்டமாயிற்றே?

என்ன செய்யப் போகிறார்கள்?

ஜீப் ஸ்டேஷனில் நுழைந்து நின்றதும், பொறியாளரும் செந்திலும் இறங்கி உள்ளே போனார்கள்.

# 12

## மதியம் 2-15

**வீ**ட்டில் ஓட்டுக்கூரைமேல் மழை விழும் சத்தத்தையும் காற்றின் சீற்றத்தையும் தவிர வேறு எந்தச் சலனமும் இல்லாமல் வீடு நிசப்தமாக இருந்தது.

எல்லாரும் எங்கே போயிட்டா?

நித்யாவுக்கு பாத்ரூம் போனால் தேவலைபோல இருந்தது. எழுந்து அறையைவிட்டு வெளியே வந்து திறந்த முற்றத்தில் நனைந்து கொண்டே பின்பக்கம் இருந்த கழிவறைக்குப்போய் வந்தாள்.

வீடு ஆளரவம் இல்லாதிருந்தது.

ஒண்டுக்குடித்தனக்காரர்கள்கூட மழைக்குப் பயந்து ஜன்னல், கதவுகளை சாத்தி உள்ளே அடைந்து கிடந்தனர்.

நித்யாவின் போர்ஷன் ரொம்பச் சின்னது. மொத்தம் மூன்று அறைகள். ஒரு கூடம், சின்னதாய் சமையலறை, அதையும் விடச் சின்னதாய் சாமான், பூஜை அறை. கூடத்திலிருந்து நீளமான வராந்தா. அதில் பிரிந்த பல போர்ஷன்கள்.

கூடத்தில் அப்பா உட்கார்ந்திருப்பதைப் பார்த்து மெல்ல அங்கு போனாள் நித்யா.

அப்பா பக்கத்தில் மூர்த்தி தூங்கிக்கொண்டிருந்தான். சித்தி, மற்றவர்கள் எங்கே?

அவளின் மன ஓட்டத்தைப் புரிந்துகொண்டு அப்பாவே பேசினார்.

"சத்திரத்துக்கு சாமான்களை ரெண்டு நடை எடுத்துண்டு சைக்கிள் ரிக்‌ஷாலே போனா மழை பலமா இருக்கறதால சித்த பொறுத்து வரதா ரிக்‌ஷாக்காரன்கிட்டே சொல்லியனுப்பிச்சா. உனக்குத் தலைவலின்னாளேம்மா... இப்போ எப்படியிருக்கு? தேவலையா?"

"....."

"நா வேணா உனக்குக் காபி போட்டுத் தரட்டுமாம்மா? கார்த்தாலகூட நீ சரியா ஒண்ணுமே சாப்பிடலையே? முகம் நன்னாவேயில்லை, நித்யா... நாளைக்குக் கல்யாணம் ஆற பொண்ணு இப்படியா இருக்கறது?"

சித்தி இல்லாத தைரியத்தில் அப்பா சேர்ந்தாற்போல நாலு வார்த்தைகள் பேசிவிட்டாரே, பேஷ்!

"நீங்களும் ஒரு தகப்பனா?" என்று கத்தவேண்டும்போல நித்யாவுக்கு இருந்தது.

அடக்கிக்கொண்டாள்.

குனிந்து புடவைத் தலைப்பைக் கையால் திரித்தவளுக்கு திடிரென்று ஒரு யோசனை தோன்றியது.

வீட்டில் அப்பாவைத் தவிர யாரும் இல்லை! பக்கத்து போர்ஷன்காரா உள்ளே இருக்கா... ஒரு புடவையைக் கையில் சுருட்டிண்டு ஓடிட்டா என்ன?

எங்கே ஓடறது? ஜனாவின் ஆபீஸ் விலாசம் தெரியும், அங்கா...?

ம்ஹும் இது நடக்காது. சித்தி சூனியக்காரி, கண்டுபிடிச்சு இழுத்துண்டு வந்துடுவா.

என்ன பண்ணலாம்?

ஜனாகிட்ட பேசினா என்ன?

தெருக்கோடியில் ஒரு மருந்துக்கடை இருக்கு. அங்கே போய் ஜனாவோட போனில் பேசி, நா ஓடி வந்தா என்னை ஏத்துப்பெளானு கேட்டா...?

சில நாட்களாகவே அவள் மனசில் குதிபோடும் எண்ணத்தை நிறைவேற்ற வழியில்லாது இருந்தவளுக்கு, இப்போது எதிர் பாராமல் ஒரு சந்தர்ப்பம் கிடைத்ததும் அதைச் செய்து பார்த்தால் என்ன என்று மனசு பரபரத்தது.

முடிந்தவரைக்கும் பார்ப்போம் அப்புறம் தெய்வம்விட்ட வழி.

சட்டென்று எழுந்தாள். தலைமுடியைக் கோதிக்கொண்டு பெட்டியிலிருந்து ஐம்பது காசை எடுத்துக்கொண்டாள்.

"நா போய் ரெண்டு ஸாரிதான் வாங்கிண்டு வரேன்" இத்தனை நாழிகை சும்பி உட்கார்ந்திருந்த மகள் கணப்பொழுதில் கிளம்பினதில் ஒரு நிமிஷம் நித்யாவின் அப்பாவுக்கு ஒன்றும் புரியவில்லை.

"நீ ஏன் இந்த மழையில போகணும்? காசைக் குடு. நா போயிட்டு வரேன்."

"வேண்டாம் நானே போறேன்."

"சொன்னாக் கேளு, நித்யா மழையிலே நனைஞ்சா உடம்புக்கு வரும் உங்க சித்தி வந்து உன்னைக் காணலேன்னா என்னைத்தான் திட்டுவா."

குபீரென்று கோபம் தலையெடுத்தது நித்யாவுக்கு

"சித்தி வைவா, சித்தி திட்டுவா. சீ... நீங்களும் ஒரு ஆம்பிளைதானா? பெத்த மகளோட துன்பம் கண்ணுக்குத் தெரியலையே! நீங்க நிஜமாவே எனக்கு அப்பாதானா? சொல்லுங்கோ..."

"என்ன நித்யா நீ வந்து..."

"வேண்டாம்... என்கிட்டே நீங்க ஒண்ணும் பேச வேண்டாம் – நா உங்களுக்குப் பிறந்தது சத்தியம்னா என்னை இப்பப் போக விடுங்கோ பத்து நிமிஷத்துலே வந்துடுவேன் பயப்படாதீங்கோ சித்தி வந்தா ஏதாவது சொல்லி சமாளிங்கோ."

நித்யா புடவைத் தலைப்பை எடுத்துத் தலையில் போர்த்திக் கொண்டு நாலே எட்டில் வராந்தாவைக் கடந்து, தெருவில் இறங்கினாள்.

# 13

## மதியம் 2-30

**உ**ட்கார்ந்து உட்கார்ந்து பேசிப்பேசி ராஜனுக்கு ரொம்ப அலுப்பாக இருந்தது. தான் சாப்பிட வீட்டுக்கு வர நேரமில்லை என்று சொல்லிவிட்டு, அப்படியே அம்மாவுக்கு எப்படியிருக்கிறது என்று கேட்டால் என்ன? காரியதரிசியிடம் வீட்டுக்கு போன் தொடர்பு கொடுக்கச் சொன்னவருக்கு, அவள் போன் வேலை செய்யவில்லை சார் என்றது பெரிய ஏமாற்றமாக இருந்தது. பியூனை வீட்டுக்கு அனுப்பி விவரங்களை விசாரித்துவிட்டு அப்படியே டிபனும் காபியும் சகுந்தலாவைக் கேட்டு வாங்கிவரச் சொன்னார்.

அரைமணிக்கு முன்னால் போனவன் திரும்பிவந்தான் அம்மாவின் நிலைமையில் மாற்றம் இல்லையாம்.

சகுந்தலா அனுப்பியிருந்த சூடான இட்லி, கொத்சை பியூன் டேபிளில் எடுத்து வைத்ததும் சாப்பிட எழுந்தார்.

ஒரு இட்லிக்குமேல் ஏனோ சாப்பிட முடியயில்லை. வயிற்றில் சங்கடம். காபியை மட்டும் குடித்துவிட்டு சிகரெட் ஒன்றைப் பற்றவைத்துக்கொண்டு கான்•ப்ரன்ஸ் அறைக்குப் போனார். இரண்டரை மணிக்கு இங்கே தொழிற்சங்கத் தலைவர்களுடன் பேச்சுவார்த்தை நடத்த நேரம் குறித்திருக்கிறது.

அவருக்கு முன்னதாக சம்பந்தப்பட்ட அதிகாரிகள் வந்து காத்திருந்தனர்.

அம்பத்தூரிலிருந்து தொழிற்சங்கத் தலைவர்கள் வருவதற்கு தாமதம் ஆகலாம். கம்பெனி வண்டியில்தான் வருகிறார்கள்

என்றாலும், வழி நெடுக ஜலம் பிரவாகமாக ஓடுவதால் இந்தத் தாமதமாம். கம்பெனி செகரட்டரி சொன்னார்.

"குவைத் போன் என்னாச்சு?"

"காலையிலே ட்ரை பண்ணப்போ லைன் கிடைக்கலை, சார் இப்போ நம்ப லைன் வேலை செய்யவில்லை. வெளியிலே எங்கேயாவது இருந்து பண்ணினாதான் உண்டு. தொடர்புகள் சரியில்லையாம் டெலிபோன்லே சொல்றாங்க."

"டாம் இட்" ஆத்திரத்துடன் பாதி சிகரெட்டை அப்படியே ஆஷ்டிரேயில் தேய்த்து அணைத்தார் ராஜன்.

அவருக்குக் கண்டிப்பாய் போதாத வேளையாகத்தான் இருக்க வேண்டும். இல்லாவிட்டால் இப்படி எல்லாம் ஒன்று சேருமா?

காலையிலிருந்து குவைத்துடன் பேச முயற்சி எடுப்பதற்குப் பலனில்லையே?

"அம்மாவின் நிலைமை இப்படியிருப்பதால் ஜெனரல் மானேஜர் மிஸ்டர் ஈஸ்வரனை என் சார்பில் அனுப்புகிறேன். அவருடன் விவரங்கள் பேசின பிறகு தீர்மானத்துக்கு வாருங்கள்" என்று குவைத் ஆயில் கம்பெனி மானேஜிங் டைரக்டரிடம் பேசி, கெஞ்சிப் பார்க்கலாம் என்றால் அதற்கும் வழியில்லையே!

"போன் மூலம் தொடர்பு கொள்ளாமலேயே நீங்க புறப்பட்டுப் போனா என்ன தப்பு, ஈஸ்வரன்? இன்னிக்கே பம்பாய் போயிடுங்க... அங்கிருந்து குவைத்தோடு தொடர்பு கொள்ளப் பாருங்கள். அப்புறம் எவ்வளவு சீக்கிரம் முடியுமோ அவ்வளவு சீக்கிரம் கிளம்பிப் போங்க... என்ன?"

ஈஸ்வரன் நெளிந்தார்.

"அதிலேயும் பிரச்சினை இருக்கு, சார். காலையிலிருந்து ஒரு ஃபிளைட் கூடக் கிடையாதாம். வெதர் மோசமாய் இருக்கறதனாலே எல்லா விமானப் போக்குவரத்தையும் நிறுத்தி வச்சிருக்காங்களாம். நாளைக்குத்தான் சொல்ல முடியுங்கறாங்க. நா விசாரிச்சுட்டேன்."

இதுவும் முடியாதா?

ராஜனின் ஆத்திரம் நிமிஷத்துக்கு நிமிஷம் அதிகமாகி, அவரை நிலைகொள்ளாமல் தவிக்க வைத்தது.

பொறுமையின்றி மணியைப் பார்த்தார். மூன்று அடிக்க ஐந்து நிமிஷங்கள்.

இனியும் காத்திருக்க அவருக்கு இஷ்டமில்லை.

நாற்காலியைத் தள்ளிவிட்டு எழுந்தார்.

"அம்மாவுக்கு எப்படி இருக்குன்னு நா போய் பார்க்கணும். மற்ற பிரச்சினைகள் வேறே இருக்குது. வீட்டுக்குப் போனா அங்கிருந்து குவைத்துக்கு போன் பண்ண முயற்சி பண்ணலாம்... இந்தத் தொழிற்சங்கத் தலைவர்களுக்காக மணிகணக்கா நா காத்திருக்கத் தயாரில்லை. அவுங்க வந்தா நீங்களே பேசி முடிவுக்கு வாங்க."

உயரமும் அதற்கேற்ற ஆகிருதியும் கொண்ட ராஜன் சப்தம் ஒலிக்க வெளியே நடந்தபோது மீண்டும் சொல்லத் தெரியாத வேதனை, சங்கடம் மேல் வயிற்றில் தோன்றியது.

✳✳✳

# 14

## மதியம் 3-00

**மா**னம் போகிற மாதிரி அமராவதி கத்தினதில் கன்னியப்பனுக்குக் கோபமில்லை மாறாக 'நான் கையாலாகாத புருஷனாக இருப்பதால்தானே அவள் இப்படித் திட்டுகிறாள் வயத்துக்கு இல்லாத தோஷத்தால்தானே இப்படிப் பரிதவிக்கிறாள்' என்ற வருத்தமே மனசில் நிறைந்திருந்தது. இரண்டு நாட்களாக ஒரு ரூபாய்க்கு வழியில்லாமல் அவன் இருந்ததால்தானே அவளுக்கு ஆத்திரம் வந்தது? அவனும் எப்படியெல்லாமோ முயற்சித்துவிட்டான். யார் யாரிடமெல்லாமோ சொல்லிப்பார்த்துவிட்டான். வேலை கிடைப்பது குதிரைக் கொம்பாக அல்லவா இருக்கிறது? சரி மான அவமானம், கௌரவம் எல்லாம் பார்க்க வேண்டாம் மூட்டை தூக்கியாவது நாலு காசு சம்பாதிப்போம் என்றால் பேய் மழை அதற்கும் இடம் கொடுக்கவில்லையே!

பிளாஸ்டிக் ஷீட் ஒன்றைத் தலைமேல் விரித்துக்கொண்டு 'சளுக், புளுக் கென்று முழங்காலளவு தண்ணீர் ஓடின தெருக்களில் மனம்போனபடி மதியத்திலிருந்து சுற்றிக்கொண்டிருக்கும் கன்னியப்பனுக்கு சில ரூபாய்களாவது சம்பாதித்து டீயும், பன்னும் வாங்கித்தந்து பிள்ளைகள், மனைவியின் பசியைக் குறைக்க வேண்டும் என்ற தீவிரம் இருந்தது.

சற்றுமுன் சேறில் புதைந்துபோன ஸ்கூட்டரை எடுக்க உதவியதற்கு அந்த ஆள் இரண்டு ரூபாய் கொடுத்தது இருந்தது. ஆங்காங்கு நின்றுபோயிருக்கும் வண்டிகளில் ஏதாவது

ஒன்றையாவது தள்ளிவிடும் வாய்ப்பு கிடைத்தால் போதும். இன்னும் இரண்டோ, மூன்றோ கிடைத்துவிடும். அப்புறம் பால், டீ கடைக்குப்போய் பாட்டிலில் சூடாக டீயும், பன், பிஸ்கெட்டும் வாங்கிக்கொண்டு ஓடலாம்.

கன்னியப்பன் சுற்றின தெருக்களில் சில வண்டிகள் மக்கர் பண்ணி நின்றுகொண்டிருந்தவற்றில், அவன் அதிருஷ்டம், ஆட்கள் இல்லை. இந்த மழையில் யார் லோல்படுவது என்று வண்டியைப் பூட்டிக்கொண்டு போய்விட்டார்களா?

கன்னியப்பன் நம்பிக்கையை இழக்காமல் சுற்றிக்கொண்டிருந்தான்.

'ஜோ' என்று மழை கொட்டியதில் நாலு அடிகளுக்குமேல் தெளிவாகப் பார்க்க முடியவில்லை. காற்று அசுரத்தனமாய் வீசியதில் தெருவெங்கும் முறிந்துவிழுந்த கிளைகள், இலைகள் தலைக்கு மேலே பேயாட்டம் போட்ட மரங்கள்.

மின்சாரக் கம்பிகள் தந்திக்கம்பிகள் இவை அறுந்து கிடந்தாலும் கிடக்கும் என்று விவரம் புரிந்தவனாய் பார்த்து நடந்தான் கன்னியப்பன்.

அவன் ஆசை நிராசையாகவில்லை.

பங்களா ஒன்றைக் கடக்கும்போது "வெள்ளை நாய்க்குட்டி ரோஸியைப் பாத்தியா, மேன்?" என்று ஃபிராக் அணிந்த மாது இவனைக் கேட்கவும், அதன் மற்ற விவரங்களைத் தெரிந்து கொண்டு உடனடியாய் நாய்க்குட்டி வேட்டையில் இறங்கினான் கன்னியப்பன்.

ஒரு மாசமாய் அவனை சோதிக்கும் கடவுளுக்குக் கொஞ்சம் இரக்கம் பிறந்தது போலும் பக்கத்துத் தெருமுனையில் இருந்த மூடின பெட்டிக்கடை பலகையின் மறைப்பிலிருந்த நாய்க் குட்டியை அவன் கண்கள் பார்த்துவிட்டன.

நாய்க்குட்டி கிடைத்ததில் ஆங்கிலோ இந்தியப் பெண்ணுக்கு உண்டான சந்தோஷத்தைவிட நூறு மடங்கு அதிகமான மகிழ்ச்சி

உண்டானது கன்னியப்பனுக்கு, அந்தப் புண்ணியவதி ஐந்து ரூபாயை அவனிடம் தூக்கிக் கொடுத்ததும்.

நேரே பாய்க் கடைக்கு ஓடினான். முக்கால்வாசி கடையை அடைத்து வைத்துக்கொண்டு மழைச்சாரலிருக்காமலிருக்க சிறிதே கதவைத் திறந்து வைத்திருந்ததற்குள் சென்றான்.

"பாய், இந்தாங்க அஞ்சு ரூபா இதுக்கு எத்தனை பன், ரொட்டி பிஸ்கோத்து, டி வருமோ கொடுங்க"

பாய் கொடுத்ததை இரண்டு கைகளிலும் அணைத்துப் பிடித்துக்கொண்டு வீட்டை நோக்கி பதபதவென்று நடந்த கன்னியப்பன் அமராவதியின் முகத்தில் தோன்றப்போகும் ஆச்சரியத்தைக் கற்பனை பண்ணிப் பார்த்துக்கொண்டே சென்றான்.

# 15

## மதியம் 3-30

குளிருக்கு அடக்கமாய்ப் போர்வையைப் போர்த்திக்கொண்டு முடங்கியிருந்த அந்தோனிக்கு எழுந்து போய் மழையில் நனைந்து கொண்டு ஜெனரேட்டர்களைப் பார்க்கவேண்டுமே என்ற நினைப்பே சலிப்பைத் தந்தது.

பத்து நிமிஷங்களுக்குமுன் ஹவுஸ் டாக்டர் கிரி அவனைத் தட்டி எழுப்பினார்.

"புயல் வரும்னு ரேடியோவிலே சொல்றாங்களாம். கரண்ட் நின்னுப் போச்சின்னா கஷ்டம். நீ போய் ஜெனரேட்டர்ஸ் சரியா இருக்குதான்னு பார்த்துவை"

சோம்பல் முறித்துக்கொண்டே எழுந்தான் அந்தோனி.

யப்பா என்ன மழை, என்ன காற்று! அவனவனைக் கூட்டுக்குள் பறவை ஒடுங்குகிற மாதிரி ஒடுங்க வைக்குது!

ரெயின் கோட்டையும், தொப்பியையும் அணிந்து கொண்டு, அந்தோனி மருத்துவமனையின் பக்கவாட்டுக் கதவைத் திறந்து கொண்டு வெளியே வந்தான்.

எஸ்.எம். மருத்துவமனையில் இரண்டு காவல்காரர்கள் உண்டு. காவல் தவிர கூப்பிட்ட குரலுக்கு ஏனென்று கேட்பது, வரும் அவசரக் கேஸ்களை ஸ்ட்ரெட்சரில் எடுத்துப்போக உதவுவது, தேவைப்பட்டால் ஸ்பென்சருக்கு சைக்கிளில் போய் மருந்தை வாங்கிவருவது போன்ற வேலைகளையும் அவர்கள் செய்வதுண்டு.

சின்னையனுக்கு பகல் ட்யூடி என்றால் இவனுக்கு இரவு.

இரண்டு நாளாக சின்னையன், வீட்டில் கல்யாணம் என்று ஊருக்குப் போயிருக்கிறான். நாளைக்கு வந்துவிடுவான்.

பகல், இரவு இரண்டு நேரமும் வேலை பார்த்ததில் அந்தோணி களைத்துப்போயிருந்தான்.

"உனக்கு பதிலா செல்வராஜை இன்னிக்கு ட்யூடி பார்க்கச் சொல்லட்டுமா, அந்தோணி?" என்று நேற்று பெரிய டாக்டர் கேட்டபோது ஒரு நிமிஷம் யோசித்துவிட்டு, வேண்டாம் என்றான் அந்தோணி!

மழையின் காரணமாய் மருத்துவமனையில் வேலை கம்மி. நடுநடுவில் தூங்கிக்கொண்டே எப்படியாவது இன்றைய பொழுதையும் சரிக்கட்டிவிட்டால் முழுசாய் இரண்டு நாள் கூலி ஓவர்டைம் ஆகக் கிடைக்கும். வீணாய் விடுவானேன்?

மருத்துவமனையில் வலதுபக்கத் தோட்டத்தில் ஆஸ்பெஸ்டாஸ் கூரையின் கீழ் பொருத்தியிருந்த இரண்டு ஜெனரேட்டர்களையும் அவ்வப்போது ஓட்டிப் பார்த்து, சரியாய் இருக்கிறதா என்று பரிசோதனை செய்து வைத்துக்கொள்வதும் காவல்காரர்களின் பொறுப்புதான்.

ஜெனரேட்டர்களைப் பொருத்தின இந்த இரண்டு வருஷ காலமாய் அவற்றின் உபயோகம் ஒன்றும் பிரமாதமாய் இருந்ததில்லை. என்றாவது எதிர்பாராமல் மின்சாரம் நின்றுபோனால் ஓடிப்போய் ஒரு ஜெனரேட்டரை ஓட வைப்பார்கள். பத்து நிமிஷமோ, அரை மணியோ ஓடுவதற்குள் மின்சாரம் வந்துவிடும். மற்றபடி அந்த லைனில் முக்கிய ரிப்பேர் ஏதாவது செய்யவேண்டி இருந்து, மின்தொடர்பைச் சில மணி நேரத்திற்கு நிறுத்தப் போவதானால் மின்சார இலாகாவிலிருந்து முன்கூட்டியே பெரிய டாக்டருக்கு சேதி வந்துவிடும். அந்த மாதிரி சமயங்களில் ஆப்ரேஷன் இருக்காது நோயாளிகளின் அறைகளில் ஓடும் ஏ.ஸி., லைட் முதலியவற்றை ஜெனரேட்டர் இயக்கும்.

இவற்றை வாரத்துக்கு ஒரு முறை சுத்தம் செய்து, எண்ணெய் போட்டு வைத்துக்கொள்ள வேண்டும் என்று பெயர். ஆனால் எங்கே செய்கிறார்கள்? டாக்டர் நினைவுபடுத்தினால் போய்ப் பார்ப்பார்கள்; அவ்வளவுதான்.

இன்றைக்கும் அரை மனசுடனேயேதான் ஜெனரேட்டரிடம் போனான் அந்தோணி. அருமையான தூக்கம் கெட்டுவிட்ட குறை அவனுக்கு...

டீசல் வைத்திருக்கும் டின்னைத் திறந்து பார்த்தான். இருபது லிட்டர் இருக்கும். ஐந்து லிட்டரில் மூன்று மணி நேரம் ஒரு ஜெனரேட்டர் ஓடுமே இது போதும்.

முதலிலிருந்த சின்ன ஜெனரேட்டரின்மேல் வழிந்திருந்த மழை ஜலத்தை லேசாய் துடைத்துவிட்டு ஸ்விட்ச் போட்டான் அந்தோணி.

'ரும்ம்ஷ்' என்ற சப்தத்தோடு அது சீராய் ஓடியது. ஐந்து நிமிடம் அதை ஓடவிட்டபின் ஸ்விட்சை அணைத்தான்.

சரியாய்த்தான் இருக்கிறது.

பத்தடி தள்ளியிருந்த பெரிய ஜெனரேட்டரிடம் போக எண்ணி இரண்டடி எடுத்தவனை "இங்கேயா நீ இருக்கே!" என்ற குரல் நிறுத்தியது.

மல்லிகா மேரி...

இருபது வயசான இவளிடம் அந்தோணிக்கும் மயக்கம் உண்டு.

அறைகளைச் சுத்தப்படுத்தி, படுக்கை போட்டு, ஆயாவாகப் பணியாற்றும் மேரிக்குக் கட்டான உடம்பு.

"இன்னா மேரி இன்னா வேணும்?"

"ஒண்ணுமில்லை குளிர் நடுக்குது ஒரு டீ சாப்பிடலாம் மேன்னு நினைச்சேன்."

"சாப்டாப் போவுது வா காண்டீனுக்குப் போவலாம்."

ஜெனரேட்டர்களைச் சரிபார்த்தது போதும் என்று தீர்மானித்த அந்தோணி மேரியுடன் கட்டடத்துக்குள் நுழைந்து காண்டினை நோக்கி அவளோடு நடந்தான்.

# 16

## மாலை 4-00

**வா**னொலி நிலையம் வெறிச்சோடிவிட்டது. வானிலை ஆராய்ச்சி நிலையத்திலிருந்து, புயல் இரவுக்குள் கரையைக் கடக்கும்போது அதன் விளைவுகள் சென்னையைப் பலமாகத் தாக்கக்கூடும் வழக்கத்தைவிட ஐந்து, ஆறு அடிகள் உயரமாய் சமுத்திர அலைகள் எழும்பக்கூடும் என்ற தகவல் வந்த உடனேயே நிலைய இயக்குநர் தன் உதவி இயக்குநர்களையும், மற்ற அதிகாரிகளையும் கூட்டிவைத்துப் பேசினார்.

கடலின் சீற்றம் காரணமாய் மெரினா கடற்கரையில், மணலின் உள்பக்கம் அமைக்கப்பட்டுள்ள சாலைவரை சமுத்திர நீர் வந்துவிட்டது என்பதைக் கண்ணால் பார்த்த பிறகு இயக்குநர் ஒரு முடிவுக்கு வந்துவிட்டார்.

தொலைதூரம் போகவேண்டிய ஊழியர்களுக்கு உடனே வீட்டுக்குப் போக அனுமதி கொடுத்தார்.

கடல் நீர் நிலையத்தில் புகும் சந்தர்ப்பமும் எழுந்தால் அப்போது தவிக்கக்கூடாது என்று முன்னெச்சரிக்கையுடன் யோசித்தவர், டேப் லைப்ரரியில் இருந்த பல அபூர்வ டேப்புகள், வெளிப்புற ஒலிப்பதிவுக்கு எடுத்துச் செல்லும் கருவிகள், ரிகார்டர்கள், மைக்ரோ போன்ஸ் என்று லட்சக்கணக்கில் மதிப்பிடப்படும் சாதனங்களையும், பைல்கள், ரிகார்டுகளையும் மூன்றாவது மாடியிலிருந்த அக்கவுன்ட்ஸ் பிரிவில் வைக்கச் செய்தார்.

நாலரை மணி ஆவதற்குள் அவருக்குத் திருப்தியை தரும் வகையில் சாமான்கள் மாடிக்கு வந்துவிட்டன பெண் ஊழியர்களும், ஒருசில முக்கிய அதிகாரிகளைத் தவிர மற்றவர்கள் அனைவரும் வீட்டுக்குப் புறப்பட்டுப் போய்விட்டார்கள்.

வானிலை ஆராய்ச்சி நிலையத்திலிருந்து வந்த அறிவிப்புகள் மேலும் கவலையை உண்டாக்குவதாக இருக்கவே, அரைமணிக்கு ஒருமுறை என ஒலிபரப்பான வானிலை அறிக்கையைப் பதினைந்து நிமிஷங்களுக்கு ஒரு தடவை என ஒலிபரப்பச் செய்தார் இயக்குநர்.

"வீடுகளை விட்டு யாரும் வெளியில் செல்ல வேண்டாம் குழந்தைகளை நீரில், மழையில் விளையாட அனுமதிக்க வேண்டாம். தாழ்வான பகுதிகளில், கடற்கரைப் பகுதிகளில் இருக்கும் ஜனங்கள் உடனடியாக மேடான பகுதிகளுக்குச் செல்லும்படி கேட்டுக்கொள்ளப்படுகிறார்கள்" என்று வானிலை அறிக்கையுடன்விடாது ஒலிபரப்பான எச்சரிக்கைகளைக் கேட்டு ஜனங்கள் கண்டிப்பாய் விழிப்புடன் இருப்பார்கள் என்றே இயக்குநர் நம்பினார்.

# 17

## மாலை 6-00

**ம**ணி மாலை மணி ஆறுதான் ஆகிறது என்று சத்தியம் பண்ணினாலும் யாரும் நம்பமாட்டார்கள். நல்ல இரவு சூழ்ந்து கொண்ட மாதிரி கருமை

மவுண்ட்ரோடிலிருந்த சினிமாக் கொட்டகைகளிலும் நகரத்தின் மற்ற தியேட்டர்களிலும் வானிலை எச்சரிக்கை தீவிரப்படுவதற்குள் மதியக் காட்சி ஆரம்பித்து அந்தக் காட்சி முடிந்ததும், மாலைக் காட்சியையும், இரவுக் காட்சியையும் ரத்து செய்யும்படி போலீஸ் கமிஷனரிடமிருந்து எல்லா தியேட்டர்களுக்கும் உத்தரவு தெரிவிக்கப்பட்டது.

போன் சரியாய் இருந்த இடங்களுக்கு விவரத்தை போனில் சொன்னார்கள் மற்ற பொது இடங்களுக்கு வேனிலும், ஜீப்பிலும் அதிகாரிகள் சென்று நிலைமையைத் தெரிவித்தார்கள்.

அடிதடி சண்டையுடன் முதல்நாள்வரை டிக்கெட்டுகள் விற்றுக் கொண்டிருந்த படங்களுக்கே மதியக் காட்சியில் கூட்டம் கம்மி. மாலை ஆட்டத்துக்கு க்யூவையே காணோம். காரில் வந்தவர்களும், இன்னும் சிலருமே இருந்ததால் தியேட்டர் முதலாளிகள் முணுமுணுக்காமல் போலீஸ் கமிஷனரின் உத்தரவைச் செயலாக்கினர்.

எல்லா பெரிய தியேட்டர்களிலும் ஜெனரேட்டர்கள் உள்ளன. மின்சாரம் நின்றாலும் கவலையில்லை. ஆனால் அதைப்பற்றி இப்போது பேச்சே இல்லையே! படக் கொட்டகைகளுக்கு வரும்

பொதுமக்கள் புயலின் கொடுமையில் சிக்கக்கூடாது என்பது தானே போலீஸின் நோக்கம்?

சென்ற வருஷம் ஆந்திராவிலும், நாகப்பட்டினத்திலும் புயலின் பயங்கர விளைவுகளைக் கண்டு உணர்ந்த பின்பும் போலீஸோ, அல்லது மாநகராட்சியோ சும்மா இருந்தால் எப்படி?

சேரிகள், குப்பங்களில் நூற்றுக்கணக்கில் குடிசைகள் இடிந்து போனவற்றைத் தீயணைக்கும் படைகள் சம்பந்தப்பட்ட இடங்களுக்குச் சென்று அந்த அடைமழையிலும் மீட்பு வேலைகளைச் செவ்வனே செய்துகொண்டிருந்தன.

பல கல்லூரி மாணவர்களும், ஆபீஸிலிருந்து மதியமே வீடு திரும்பிவிட்ட சில ஆண்களும், தங்களால் இயன்றவரை மற்றவர்களுக்கு உதவி செய்ய முன்வந்தார்கள்.

அடையாறு நதியில் நீர்மட்டம் உயர்ந்துகொண்டே போனது புதுக்கவலையை உண்டாக்கியது.

இரண்டாம் வருஷம் இருபது அடி தண்ணீர் உயர்ந்து நந்தனம் டவர் பிளாக்கின் முதல் மாடிவரை மூழ்கடித்தது நினைவிற்கு வர, அந்தக் கட்டடங்களில் இருந்த குடித்தனக்காரர்களெல்லாம் நடுங்கத் தொடங்கினர். அந்த முறை, இரண்டு நாட்களுக்குத் தண்ணீர் வடியாமலேயே நின்றுவிட்டதால் பால், ரொட்டி, தீப் பெட்டி போன்ற அத்யாவசியமான பொருள்கள்கூட இல்லாமல் திண்டாடினது சிலருக்கு ஞாபகத்துக்கு வர, மதியம் புயல் பற்றின சேதி வந்த உடனேயே அருகிலிருந்த கடைகளுக்குச் சென்று, பால்பவுடர் டப்பா, ரொட்டிகள், காய்கறிகள் என்று வாங்கி வைத்துக்கொண்டனர்.

இனி எந்த நிமிஷம் என்ன நடக்குமோ என்ற பீதி நந்தனம் டவர் பிளாக் குடித்தனக்காரர்களை மட்டுமல்லாது சென்னை நகரவாசிகளை ஒட்டு மொத்தமாக பிடிக்க வைக்கும்படியே வானிலை அறிக்கைகளும் இருந்தன.

✳✳✳

# 18

## மாலை 6-30

ஐந்தாவது மாடியிலிருந்த தங்கள் அறையில் சுகமான ஒரு தூக்கத்தைத் தூங்கி எழுந்த மஞ்சுவுக்கு இப்படி ஹோட்டலில் வந்து கணவரோடு தங்குவது புது அனுபவம்தான்.

மஞ்சு பிறந்து வளர்ந்தது ஹைதராபாத்தில். பி.ஏ. டிகிரியை முடித்த கையோடு போன மூன்றாம் மாசம் அவளுக்கும் ரவிக்கும் கல்யாணம். ரவி தனியார் நிறுவனம் ஒன்றில் பொறியாளர். கல்யாணமான சமயத்தில் ஏனோ தேனிலவு போக முடியயவில்லை.

அந்தக் குறையைத் தீர்த்துக்கொள்ள இப்போது சென்னைக்கு வேலை நிமித்தமாய் வர நேர்ந்ததும் மஞ்சுவையும் அழைத்து வந்திருக்கிறான் ரவி. ஆக இதுதான் அவர்களுக்குத் தேனிலவு.

மஞ்சு குடும்பமும் பெரிசு, ரவியின் குடும்பம் அதைவிடப் பெரிசு. நினைத்த விதத்தில் ஹாய்யாக மூன்று மாசமாய் இருக்க முடியாதவர்களுக்கு இந்த சென்னைப் பயணம் தேனாக இனிக்கக் கேட்பானேன்?

ஹோட்டல், போக்குவரத்து போன்ற எல்லா செலவுகளையும் கம்பெனி கொடுக்கிறது. பின் அனுபவிக்க என்ன தடை?

உற்சாகத்துடன் வந்தவர்களை மழையின் கடுமை கொஞ்சம் களைப்படையச் செய்தது. அதுவும் ஆறு மணிநேரம் வண்டி காலையில் லேட்டானபோது மஞ்சுவுக்கு அழுகையே வந்துவிட்டது. மானேஜர் புண்ணியத்தில் அவர்களுக்கு இடம்

கிடைத்து, மாடியறைக்கு வந்து, குளித்து சாப்பிட்டு குட்டித்தூக்கம் தூங்கி எழுந்த பிறகு பழைய உற்சாகம் தொற்றிக்கொண்டது.

இப்போது பக்கத்தில் சாதுவாகப் படுத்துறங்கும் ரவி, சற்றுமுன் அடித்த லூட்டியை நினைத்தால் அவளுக்கு வெட்கமாக இருந்தது.

தலையைத் திருப்பி தூங்கும் கணவனை உற்றுப் பார்த்தாள்.

"உன்னை இறுகக் கட்டிக்கிட்டாதான் குளிருக்கு இதமா இருக்கு" என்று சொல்லி பிடியைவிட மறுத்ததை நினைக்கும் போது உதடுகள் இன்பத்தில் விரிய மெல்ல அவனை உலுக்கி எழுப்பினாள்.

எழுந்தவன் இவளை இழுத்துக் கட்டிக்கொண்டு மீண்டும் தூங்க முற்பட்டான்.

"எழுந்திரிங்க... மணி ஆச்சு... எனக்குப் பசிக்குது... ம்..."

"மணி என்ன?"

"ஆறரை."

"அட!" சட்டென்று எழுந்து உட்கார்ந்தான் ரவி. "அத்தனை நேரமா தூங்கிட்டோம்? சாயங்காலம் சினிமா போலாம்னு இருந்தேனே... நாளையிலிருந்து வேலை இருக்கு. இன்னிக்கு ஜாலியா சுத்தலாம்னு நினைச்சேன்... என்ன இப்படித் தூங்கிட்டோம்!"

ரவி எழுந்து பால்கனிக் கதவைத் திறந்தான். 'உஷ்' என்ற காற்று, மழையுடன் அறையை ஈரமாக்கவே திரும்ப கதவை சாத்திவிட்டு ஜன்னல்களின் திரைகளை நீக்கினான்.

"ஏ அப்பா! என்ன இப்படி இருட்டா இருக்கு? மணி ஆறரை தானா? காத்து மழை குறையலை போலிருக்கே!"

அஸ்க், அஸ்க்... என சேர்ந்தாற்போல மஞ்சு தும்மினாள். "என்ன ஜலதோஷமா? மழையிலே நனைஞ்சது சளிபிடிச்சுடுத்தா?" கிட்டத்தில் வந்து அவளை அணைத்து முத்தமிட்டான் ரவி.

"விடுங்க... சூடா காபி குடிக்கணும்போல இருக்கு. எனக்குப் பசிக்குது..." மஞ்சு சிணுங்கினாள்.

"ரைட்... காபி கொண்டுவரச் சொல்றேன்" டெலிபோனை எடுத்து சாப்பாட்டறையைக் கூப்பிட நினைத்த ரவிக்கு ஏமாற்றம். டெலிபோன் வேலை செய்யவில்லை.

"சரி முகம் கழுவிக்கிட்டு வா கீழே போய் சாப்பிடுவோம்"

இருவரும் அறையைப் பூட்டிக்கொண்டு லிஃப்ட்டுக்கான பட்டனை அழுத்திவிட்டுக் காத்திருந்தார்கள்.

லிஃப்ட் வந்தது, கீழே போனார்கள்.

சாப்பாட்டுக்கூடத்திற்குச் சென்று சூடாய் தோசை, ஸமுஸா, காபி ஆர்டர் செய்து சாப்பிட்டார்கள்.

"மணி ஏழு அடிக்க பத்து நிமிஷம் இருக்கு. இங்கிலீஷ் படம் ப்ளு டைமண்ட் தியேட்டர்ல ஏழு மணிக்கு ஆரம்பமாகும்... போலாமா?"

மஞ்சு "சரி" என்றாள்.

அறை எண்ணைச் சொல்லி பில்லை அதில் சேர்க்கச் சொல்லிவிட்டு ரிஸப்ஷனுக்கு வந்தார்கள்.

"நீ இங்கேயே இரு நா டாக்ஸி இருக்கான்னு பார்த்திட்டு வரேன்."

மஞ்சு அங்கிருந்த நாற்காலி ஒன்றில் அமர்ந்தாள். மீண்டும் அடுக்கடுக்காய் தும்மல்கள் எழுந்தன. மூக்கைச் சிந்தியபோது தலையை லேசாய் வலிக்கிற மாதிரி இருந்தது.

கணவனிடம் சொல்லலாமா என்று ஒரு நிமிஷம் எண்ணினாள். சின்னப் பையனின் துடிப்புடன் சினிமாவுக்குப் போக ரவி ஆசைப்படுவதைக் கெடுக்க மனசு வரவில்லை.

இங்கு கடை இருக்குமோ? அதில் தலைவலி மாத்திரைகள் விற்பார்களோ?

மஞ்சு எழுந்து வரவேற்பு மேஜைக்குப் போனாள். காலையில் இருந்த பெண் இப்போது இல்லை. இரண்டு ஆண்கள் இருந்தனர்.

"எஸ், மேடம்..."

"இங்கே தலைவலி மாத்திரை கிடைக்குமா?" ரிசப்ஷனுக்கு வலது பக்கத்தில் சற்றுத் தள்ளி ஒரு கடை இருந்ததை அவன் கை காட்டினான்.

"தேங்க்ஸ்" என்று சொல்லிவிட்டு அங்கு நடந்தாள். அது ஒரு புத்தகக்கடை.

என்னென்னவோ பத்திரிகைகள், சிகரெட் பாக்கெட்டுகள், பிஸ்கெட், ஸ்வீட் டப்பாக்கள்,

"சாரிடான் இருக்கா?"

கடைக்காரன் இல்லை என்று சொல்லிவிட்டு இன்னொரு தலைவலி மாத்திரையின் பெயரைச் சொல்லி "அது இருக்கிறது" என்றான்.

மஞ்சு ஒரு கணம் யோசித்தாள். வாங்கலாமா? ம்ஹூம் வேண்டாம், அந்த மாத்திரை போட்டுக்கொண்டு பழக்கம் இல்லையே! எதற்கு வம்பு? மஞ்சுவுக்கு எல்லா மாத்திரைகளும் ஒத்துக்கொள்ளாது. கெமிகல் உடம்பாம் திடுமென சாதாரண மாத்திரைக்குக்கூட அலர்ஜி வந்துவிடும் உடம்பு. சிவந்து அரிப்பெடுத்து, திட்டு திட்டாய் சிவந்துவிடும்.

மீண்டும் ரிசப்ஷனுக்கே வந்தாள்.

எதிரில் ரவி.

"எங்கே போயிட்டே?"

"சும்மா புஸ்தகங்கள் பார்க்க..."

"டாக்ஸி கிடைக்கலை, மஞ்சு... இப்போ என்ன பண்ணலாம்?"

ரிசப்ஷனில் இருந்தவர் தங்கள் பேச்சைக் கேட்பதைக் கவனித்து அவரைப் பார்த்து, "நாங்க சினிமா பார்க்கலாம்னு இருந்தோம்... ஆனா டாக்ஸியே கிடைக்கலை." என்றான்.

"ஓ! உங்களுக்கு விஷயம் தெரியாதா? மாலை, இரவு சினிமாக் காட்சிகளை ரத்து பண்ணச் சொல்லி போலீஸ் கமிஷனர் உத்தரவு போட்டிருக்கார். இரவு விசாகப்பட்டினத்தைப் புயல் கடக்கப் போகிறதாம் இங்கு காற்றும் மழையும் பலமாக இருக்கும் என்று இந்த ஏற்பாடு இன்னிக்கு நீங்க எங்கயும் போகாம இருக்கறது நல்லது, சார்..."

ரவிக்கு முகம் தொங்கிப்போய்விட்டது.

"சரி வா, புஸ்தகக் கடையில் படிக்க ஏதாவது வாங்கலாம்."

இருவரும் புத்தகக் கடைக்குப் போனார்கள்.

அவர்கள் பத்திரிகைகளைப் புரட்டிக்கொண்டு நிற்கையில் ஸூட் அணிந்த நபர்கள் சின்னச்சின்ன வட்டமாய் நின்று பேசி மாடிப்படிகளில் ஏறினார்கள்.

"ஜேஸீஸ் மீட்டிங் இருக்கு முதல் மாடி ஏ.ஸி. ஹாலில். வராந்தாவிலே போர்டு வெச்சிருக்காங்க, பார்த்தேன்" என்றான் ரவி.

காலையில் பார்த்த மானேஜர் இப்படியும் அப்படியும் பரபரப்புடன் போவதை மஞ்சு பார்த்தாள்.

கட்டைக் குட்டையாய் கறுத்த மனிதர் ஒருவர் திடீரென்று தோன்றினார். கை விரல்கள், கழுத்து என்று எல்லா இடங்களிலும் பெண்பிள்ளை மாதிரி நகைகள் அணிந்திருந்த அவர் உரத்த குரலில் கத்தத் தொடங்கினார்.

"என்னய்யா ஹோட்டல் நடத்தறீங்க? டெலிபோன் வேலை பண்ணலை, பெல் அடிச்சா பையங்க வரமாட்டேங்கறாங்க... காசு மட்டும் வாங்கிக்கத் தெரியுதில்லே?"

குரல் மட்டும் ஓங்கி ஒலித்ததும் சம்பத் தன்னறையிலிருந்து ஓட்டமாய் ஓடி வந்தான்.

இவனைப் பார்த்துவிட்டு அவர் இன்னும் கூடுதலாய்க் கத்தினார்.

"டெலிபோன் லைன் ஊர் பூராவுமே ரிப்பேர் ஆயிருக்குங்க... டெலிபோன் இலாகா மட்டும் என்ன பண்ணுவாங்க? இந்த மாதிரி மழலே அவங்களாலே என்ன சார் உதவி பண்ண முடியும்? ரூம் பையன் வரலியா! ஸாரி... உங்களுக்கு என்ன வேணும் சொல்லுங்க. இதோ அனுப்பறேன்..."

அவரின் கையைப் பிடித்து தன்னறைக்குள் அழைத்துப் போனான் சம்பத்.

ஜெஸ்ஸ் விருந்தினர்களும், மற்றவர்களும் வந்து சேரும் இந்த நேரத்தில் இவர் இப்படி அசிங்கமாய்க் கத்தினால் எப்படி?

ஒரு வழியாய் அவரைச் சமாதானம் செய்துவிட்டு சம்பத் அனுப்பியதும் சாப்பாட்டுக்கூடத்தின் பொறுப்பாளர் வேகமாய் வந்து அவனிடம் ஏதோ சொல்ல, பதைப்புடன் உள்ளே ஓடினான் சம்பத்.

"என்ன பத்திரிகை வேணும்னு சொல்லாம என்ன வேடிக்கை பாக்கறே, மஞ்சு?"

ரவியின் குரல் கேட்டுத் திரும்பினாள் மஞ்சு.

"பாவம் அந்த மானேஜர். பாத்தா பாவமா இருக்கு எல்லாத்துக்கும் இவர்தான் பதில் சொல்லணுமா?"

சம்பத்துக்காகப் பரிதாபப்பட்டு மெல்லப் பேசிய மஞ்சு, தான் பொறுக்கி வைத்திருந்த பத்திரிகைகளை ரவியிடம் நீட்டி அவன் அவற்றிற்காகப் பணம் கொடுத்ததும், மாடிக்குப் போக இருவரும் லிஃப்டிடம் வந்து நின்றனர்.

அஃஸ்க்... அஃஸ்க்... அஃஸ்க்...

மீண்டும் அடுக்கடுக்காய் தும்மிக்கொண்டே லிஃப்டில் ஏறினாள் மஞ்சு.

✳✳✳

# 19

## மாலை 6-45

**கா**லையில் செந்திலுடன் பேசியபோது, சமுத்திரத்தின் அழகு மனசை அள்ளுவதாக இருக்கிறது என்று கவிதை பேசிய துரை சாமிக்கு இப்போது குலை நடுக்கம் கண்டிருந்தது.

விளையாட்டுப்போல் காற்றும் மழையும், நுங்கும் நுரையுமாக இருக்கும் கடல் ஆர்ப்பரித்துவிட்டு சற்றைக்கெல்லாம் அடங்கிவிடும் என்றே நம்பியிருந்தவனுக்கும் மற்ற எண்ணூர் தர்மல் பிளாண்ட் ஊழியர்களுக்கும் மதியம் சேதி வந்ததிலிருந்து ஆட்டம் கண்டுவிட்டது.

விசாகப்பட்டினத்தைத்தான் புயல் கடக்கப் போகிறதா? இல்லை, ஒரிஸ்ஸாவைக் குறிவைத்துவிட்டு இப்போது திசை மாறிய மாதிரி இன்னும் தெற்கு நோக்கித் தீவிரமடைந்து சென்னையையே தாக்குமா?

பிற்பகல் ஒரு மணி வாக்கில் கடல் தண்ணீர் கண்டென்ஸர்களில் பிரவாகமாகப் பெருகி மணலையும் கண்ணிமைக்கும் நேரத்தில் வாரியிறைத்துவிட்டதால் பிளாண்டுக்குள் தண்ணீர் குழாய்களில் மணல் அடைப்புக்கள்.

நிமிஷத்தில் நிலைமை மோசமாகிவிட்டது. ஜெனரேஷன் சூப்பரின்டென்டன்ட் காரியத்தில் இறங்கினார். மவுண்ட்ரோடிலிருந்து தலைமைப் பொறியாளர் அலுவலகத்துடன் தொடர்பு கொண்டு நிலைமையை விளக்கினார். தலைமைப் பொறியாளரிடமிருந்து உத்தரவை எதிர் பார்த்திருந்த நாழிகையில் சொல்லி வைத்த மாதிரி

டெலிபோன் தொடர்புகள் விட்டுப்போகவும், தானே தொழிற்சாலையை நிறுத்திவிட உத்தரவு பிறப்பித்தார்.

சில இடங்களில் ஒரு அடிக்கும் மேலாய் புகுந்துவிட்ட தண்ணீரை இறைக்கவேண்டும் மணல் அடைப்புகளை வேறு சரிசெய்ய வேண்டும். இந்த நிலைமையில் தொழிற்சாலையை இயக்குவது அபாயகரமானது என்பதை உணர்ந்து சட்டென்று நிறுத்திவிட ஆணையிட்டார்.

மின்சார உற்பத்தியைத் தற்காலிகமாய் நிறுத்திவைப்பதில் பல சிரமங்கள் இருக்கவே செய்தன என்றாலும் சென்னை நகரம் இதனால் வெகுவாகப் பாதிக்கப்படாது. கொரட்டூர் ஸ்டேஷனும், பேசின் பிரிட்ஜும் இயங்கும் வரைக்கும் கவலையில்லை.

சூப்பரின்டெண்டன்ட், பேசின் பிரிட்ஜ், கொரட்டூர் ஸ்டேஷன்களுடன் தொடர்பு கொண்டு தன் நிலையை விளக்கிச் சொல்லி அவர்களில் யாருக்காவது மவுண்ட்ரோடுடன் டெலிபோன் தொடர்பு கிடைத்தால் விஷயத்தை தலைமைப் பொறியாளரிடம் தெரிவிக்கும்படியும் கேட்டுக்கொண்டார்.

எண்ணூரில் தொழிற்சாலையைச் சுற்றி மூன்று காலனிகளில் அதன் ஊழியர்கள் குடியிருந்தனர். காலனி ஒன்று, இரண்டு, மூன்று. ஒன்றாவதில் சமுத்திரத் தண்ணீர் புகுந்துவிட்டதால் முதல் சாரி வீடுகளில் இருந்தவர்கள் நண்பர்களின் வீடுகளில் தற்காலிகமாகக் குடியேறினார்கள்.

விருந்தினர் விடுதிக்குள் கடல் எந்த நிமிஷமும் புகுந்து விடுவேன் என்று பயமுறுத்திக்கொண்டிருந்தது.

சென்னை நகருக்குச் செல்லும் சாலை, கடலை ஓட்டி இருந்ததால் பல இடங்களில் கடல் நீர் சாலைமேல் ஏறி அதை அரித்து விட்டது.

எண்ணூர்வாசிகள் மதியத்திலிருந்து சென்னை நகருடன் தொடர்பை எல்லா விதத்திலும் இழந்ததால், ஒரு தீவில் வாழும் மக்களைப்போலத் துண்டித்து ஒதுக்கப்பட்டுவிட்டால், துரை சாமிக்கு அஸ்தியில் ஜுரம் கண்டதில் என்ன வியப்பு?

✳ ✳ ✳

# 20

## மாலை 7-00

மழையையும், காற்றையும் லட்சியம் பண்ணாமல், விருந்துச் சாப்பாட்டை எண்ணிக்கொண்டு நிச்சயதார்த்தத்துக்கு அப்படியும் இப்படியுமாய் ஐம்பது பேர் சேர்ந்துவிட்டனர்.

தெருக்காரர்களும், பக்கத்து ஒண்டுக்குடித்தனக்காரர்களின் குழந்தைகளும், குட்டிகளுமே ஐம்பது உருப்படிக்குத் தேறுமே!

பகல் வரைக்கும் உம்மணா மூஞ்சியாய் சதா அழுது கொண்டு, தலையும் வேஷெமுமாய் இருந்த நித்யா, இப்போது பளிச்சென்று ரங்கா கொடுத்த புடவை, நகைகளில் அலங்கார பூஷிதையாய் நின்றது மட்டுமல்லாமல் சிரித்த முகமாய் இருப்பதைக் கண்டவர் வியந்தனர்.

தான் சத்திரத்துக்குப் போகும்போது சண்டி பண்ணிக்கொண்டிருந்த பெண், திரும்ப நாலு மணி அளவில் வீட்டுக்கு வருவதற்குள் எப்படி மாறிப்போனாள் என்பது சித்தி ஜானகிக்கு ஆச்சரியமாக இருந்தது.

காரணம் கேட்கவே செய்தாள்.

"என்னாச்சுன்னா இவளுக்கு? 'உம்'னு இருந்தவளுக்கு புத்தி வந்து தலைவாரி, நெர்விசாய் இருக்காளே! நா இல்லாதபோது பொண்ணுக்கு என்ன மந்திரம் போட்டேள்?"

"ஹி... ஹி... ஒண்ணுமில்லேடி... தலைவலிக்கு மாத்திரை வாங்கித் தந்தேன். சரியாப் போயிடுத்தாம். நா என்ன மந்திரம் கத்து வெச்சுண்டு இருக்கேன்?"

கல்யாணமான புதிதில் கணவனையும், நித்யாவையும் தனிமையில் விடவே மாட்டாள் ஜானகி. கணவர் தன் கையில் ஒரு பொம்மை என்ற எண்ணம் மனசுக்குள் ஸ்திரமாய் வளர்ந்த பிறகே எப்பவாவது இருவரையும் தனித்து விட்டுவிட்டு சினிமா, அங்கே இங்கே என்று போவாள்.

"எப்படியோ அவளுக்கு புத்தி வந்து சரியா நடந்துண்டா சரி. ம்... ஆகட்டும் கிளம்புங்கோ. சத்திரத்திலே சமையக்காரர் வந்தாச்சு. மழைக்கு பயந்துண்டா முடியுமா? நாம எல்லாரும் ஆச்சுனு அங்கேயே போயிடலாம். பெட்டிகளை ரிக்ஷாலே ஏத்துங்கோ... ம்..."

உள்ளறையில் இருந்த ஒரிரு சாமான்களை ரிக்ஷாவில் ஏற்ற உதவி பண்ணிய நித்யா, தானும் அதில் ஏறி உட்கார்ந்து சத்திரத்தை அடைந்தாள்.

உறவினர் சிலரும் நண்பர்கள் சிலரும் சிற்றுண்டி சாப்பிட்ட போது, ஒருபக்கமாய் இவளும் அமர்ந்து சாப்பிட்டாள். பின்னால் முகம் கழுவி, பொட்டிட்டு, தலைவாரி பூ வைத்துக்கொண்டாள். ரங்கா வாங்கித் தந்திருந்த புடவை ஒன்றை உடுத்திக்கொண்டு, நிச்சயதார்த்தத்துக்கு சித்தி சொன்ன மாதிரியே தயாரானாள். இப்படியப்படி போகும் சாக்கில் ரங்கா இவளை நின்று விழித்துப் பார்த்த சமயங்களில் வெட்கத்துடன் தலையைக் கவிழ்க்க முயன்றாள். அதுவும் சித்தி கிட்டத்தில் இருந்தால் தன் சாகசத்தைக் கொஞ்சம் அதிகமாகவே செய்தாள்.

இவளின் திடீர் மாற்றம் சித்திக்கும், ரங்காவுக்கும் மற்றவர்களுக்கும் தெளிவாய்ப் புரிந்தாலும், அதன் காரணம் மட்டும் விளங்கவில்லை.

இனி முரண்டு பண்ணிப் பயனில்லை என்று உணர்ந்து விட்டாளா?

வயசாகிவிட்டதைத் தவிர ரங்காவிடம் வேறு என்ன குறை என்று சமாதானம் ஆகிவிட்டாளா?

புரியவில்லை.

சாதாரண சமயமாய் இருந்தால் ஜானகி துருவித்துருவி காரணத்தைக் கண்டுபிடித்திருப்பாள். இன்று மாபாரமாய்க் கொட்டிய மழையும், காற்றும் அவள் கவனத்தை ஈர்த்துக் கொண்டதால் நித்யா பிழைத்தாள்.

மணி ஏழாயிடுத்து சாஸ்திரிகளை இன்னும் காணவில்லையே! அவர் வந்து நிச்சயதார்த்தம் நடக்கணும். நிச்சயதார்த்தம் நல்லபடியாய் முடிந்த கையோடு ரங்கா ஐயாயிரம் தருவதாகச் சொல்லியிருக்கான். தாலி கட்டின பிறகு பாக்கி ஐயாயிரம் கிடைக்கும். சாஸ்திரிகள் வந்து சட்டுபுட்டென்று நிச்சயதார்த்தம் நடந்தால் தேவலை. வாசலுக்கும், உள்ளுக்கும் நடந்துகொண்டிருந்தாள் ஜானகி.

பெண்களுக்கென்று நியமித்து விடப்பட்டிருந்த அறையில் ஒரு பெட்டிமேல் உட்கார்ந்துகொண்டு சிந்தனையில் ஆழ்ந்திருந்தாள் நித்யா. அவளைச் சுற்றி பத்து, பன்னிரெண்டு பெண்கள், அத்தை, மற்ற உறவுக்காரர்கள்.

ஸ்வீட்டும், காரமுமாய் டிபனைத் தின்றுவிட்டு நிச்சயதார்த்தம் ஆகிவிட்டால் நல்ல சாப்பாடு சாப்பிடலாம் என்று காத்திருந்த அவர்கள் என்னென்னவோ பேசிக்கொண்டிருந்ததை நித்யா காதில் வாங்கவில்லை. தனக்குத்தானே அவள் அமிழ்ந்து போயிருந்தாள்.

பத்து நாட்களாய் துடித்த மனம் இப்போது என்னமாய் லேசாகி இருக்கிறது!

மதியம் ஜானாவோடு பேசவேண்டும் என்ற எண்ணத்தை அவளுள் புகுத்தி, வீட்டில் ஒருத்தரையும் இருக்கவிடாமல் செய்த கடவுளுக்கு அவள் பலமுறை நன்றி சொல்லிவிட்டாள்.

இன்னும் நினைப்பதெல்லாம் சரியாக நடக்க அந்த தெய்வத்தைத்தானே அவள் நம்பியிருக்கிறாள்?

மழையில் நடந்து கடையை அடைவதற்குள் என்னென்ன பயங்கள்?

கடை திறந்திருக்குமா?

போன் பண்ண விடுவார்களா?

ஜனா ஆபீஸ் வந்திருப்பாரா?

பேச முடியுமா?

என்னைக் காப்பாத்த வழி சொல்லுவாரா?

பயம், பயம், பயம்!

மருந்துக்கடை திறந்திருந்தது. சொந்தக்காரன் புண்ணியவான் இவளை போன் பண்ண அனுமதித்தார்.

நித்யாவின் நேரம் நல்லதாக இருந்தது. போன் மக்கார் பண்ணாமல் ஜனாவின் அலுவலகத்துடன் பேச முடிந்து ஜனா ஆபீஸுக்குக் கொட்டும் மழையிலும் வந்திருந்ததால், இரண்டு நிமிஷங்களுக்குள் அவன் குரல் அந்தப் பக்கம் கேட்டது.

"ஹலோ யாரு?"

"ஜனா... ஜனா... நா... நா" பேசமுடியாமல் அழுகை பொங்கியது.

"நித்யா... நீயா?"

"என்மேல கோபமா? அன்னிக்கு அப்படி எங்காத்துல நடந்ததுக்கு என்னை மன்னிச்சுடுங்கோ..."

வீட்டுக்கு ஜனா வந்து உதைபட்டுப் போனபிறகு இன்றுதானே நித்யாவால் அவனோடு பேச முடிகிறது?

மருந்துக்கடைக்காரர் ஏதோ வேலையாய் உள்பக்கம் போன நாழிகையில் போனில் கதறிவிட்டாள் நித்யா.

"எனக்கு நீங்க வாழ்வு கொடுக்கணும் இல்லாட்டா நாளைக்கு நா தற்கொலை பண்ணிண்ட சேதியை பேப்பர்லே பார்ப்பேன்."

அவளை ஆஸ்வாசப்படுத்தி அவளுக்காகவே தான் வாழ்வதாக ஜனா மிகுந்த காதலோடு அழுத்தமாகத் தெரிவித்ததும், "நா ஓடி வந்துட்டுமா?" என்று கேட்டாள் நித்யா.

ஜனா சம்மதித்தான். அன்று ராத்திரி தப்பித்தால்தானே உண்டு?

நித்யாவே வழியும் சொன்னாள்.

"சாயங்காலம் எல்லாரும் சத்திரத்துக்குப் போயிடுவோம். அங்கிருந்து இருட்டினப்புறம் நா எப்படியாவது கிளம்பிடறேன். இப்போ வந்தா சித்தி தேடிப் புடிச்சிடுவா... எங்கே நா வரட்டும்?"

மழையும் காற்றுமாக இருப்பதை எண்ணி ஜனா சற்றுத் தயங்கினான். புயல் வேறு வரப் போகிறதாமே. ஆனாலும் இதையெல்லாம் எண்ணி பயந்தால் ஆகுமா?

"சத்திரம் இருக்கிற தெரு முனைலே நா ராத்திரி ஒன்பது மணிலேந்து நிக்கறேன். நீ எப்போ முடியறதோ அப்ப வா. நா எந்நேரமானாலும் காத்திருக்கேன்."

நித்யா யோசித்தாள்.

சத்திரத்தின் அமைப்பு அவளுக்குத் தெரியும். பின்னால் சமையற்கட்டைத் தாண்டி, குளியலறைகளையும் தாண்டி சின்னதாய் குட்டைச்சுவர் உண்டு. அதில் சுலபமாய் ஏறிவிடலாம். அதனால் சத்திரத்தின் பின்தெரு முனையில் ஜனாவை சந்திப்பதாகச் சொன்னாள்.

"பெட்டி, வேறு சாமான் ஒண்ணும் வாணாம் நித்யா நீ கெடைச்சா எனக்கு அது போதும் – என்ன?" என்ற ஜனா அவள் மேற்கொண்டு எப்படி நடந்துகொள்ள வேண்டும் என்பதைப் பற்றியும் எடுத்துச் சொன்னான்.

போனை வைத்துவிட்டு மருந்துக் கடைக்காரரிடம் பணத்தைக் கொடுத்தாள் நித்யா... அவர் இவளை உற்றுப்பார்க்கிற மாதிரி இருந்தது.

எங்கள் பேச்சை பூராவும் கேட்டிருப்பாரோ? நான் யார் வீட்டுப் பெண் என்று தெரியுமோ? வந்து சொல்லி விடுவாரோ?

நித்யாவுக்குத் தெருவில் இறங்கி வீட்டை நோக்கி ஓட்டமாய் ஓடும்போது ரொம்ப பயமாக இருந்தது. நல்ல வேளையாக

சித்தியோ, மற்றவர் எவருமோ இன்னும் திரும்பாதது ஒரு சுப சகுனமாகத் தோன்றியது. ஏறிட்டுப் பார்த்த அப்பாவிடம் இவள் ஏதும் பேசவில்லை. உள்ளே போய் தலையைத் துவட்டி, வேறு உடை மாற்றிக்கொண்டாள்.

ஜனா சொன்னதுபோல இவாளுக்கு என்மேல் சந்தேகம் தோணாமல் இருக்க முதல்லே நா சகஜமா இருக்கணும் கல்யாணத்துக்கு சம்மதிச்சுட்ட மாதிரி நடந்துக்கணும். என்னை ரொம்ப கண்காணிக்காத தினுசுலே சாதாரணமாய் இருக்கணும்.

இது ரொம்ப முக்கியம். இதன்படி அடுத்த ஒரு மணி நேரத்தில் சித்தி வருவதற்குள் மிகுந்த பிரயாசைப்பட்டு தன்னை மாற்றிக் கொண்டாள் நித்யா.

இப்போது தனியாய் அமர்ந்து யோசனை பண்ணும்போது மீண்டும் கடைக்காரர் தங்கள் பேச்சைக் கேட்டிருப்பாரோ என்ற உதைப்பு எடுத்தது

முதல்லேதான் நா அதிகம் பேசினேன். அப்புறம் ஜனா பேசினதுக்கு ஆமாம், இல்லைனுதானே சொன்னேன்? நா பேசினப்போ அந்தக் கடைக்காரர் உள்ளேன்னா இருந்தார்? கடைசிலே நா சொன்னதை வச்சிண்டு அவராலே என்ன ஊகிக்க முடியும்?

நிதானமாய் யோசித்ததில் பயப்படத் தேவையில்லை என்றே தோன்ற நிமிர்ந்து உட்கார்ந்தாள் நித்யா.

சாஸ்திரிகள் வந்துவிட்டார்.

"நிச்சயதார்த்தத்துக்குப் பெண்ணை அழைச்சுண்டு வாங்கோ" என்ற அவர் குரல் கேட்டதும் முன்கூடத்துக்குப் போக நித்யா எழுந்து நின்றாள்.

∗ ∗ ∗

# 21

## மாலை 7-30

**ம**தியம் வீட்டுக்கு வந்து அம்மாவிடம் கொஞ்சம் உட்கார்ந்துவிட்டு, மாத்திரை ஒன்றைப் போட்டுக்கொண்டு, தூங்கிப்போன ராஜன் கண்விழித்தபோது அவர் கைக்கடிகாரம் ஏழரையைக் காட்டியது. எழுந்து முகம் கழுவி, மாடிப்படியிடம் வந்து, 'சகுந்தலா' என்று குரல் கொடுத்தார். எட்டிப்பார்த்த மனைவியிடம் 'காபி அனுப்பு' என்று சொல்லிவிட்டு மீண்டும் அறைக்குள் வந்து ஆடும் நாற்காலியில் உட்கார்ந்துகொண்டார்.

உடம்பு மந்தமாக இருப்பதாகத் தோன்றியது. மனசின் கவலைகளும் அப்படியே இருந்தன.

காபியுடன் வந்த சகுந்தலா, "பகல்லே இத்தினி நேரம் தூங்கவே மாட்டீங்களே? உடம்புக்கு ஒண்ணும் இல்லீங்களே? எனக்கு ரொம்பக் கவலையா இருக்குதுங்க... அம்மா இப்படிக் கெடக்கறப்போ, நீங்க தெம்பா இருக்க வேணாமுங்களா? ரெண்டு தடவை வந்து பாத்தேன். நல்லா தூங்கிட்டு இருந்தீங்க எழுப்ப மனசில்லே..."

"அம்மா எப்படி இருக்காங்க?"

பதில் சொல்லாமல் மௌனமாய் இருந்தாள் சகுந்தலா.

"டாக்டர் வந்தாரா?"

"இல்லே இந்த மழையிலே எங்கே வரப்போறாரு! போன் பண்ணி நர்ஸ்கிட்டே எப்படி இருக்குன்னு தெரிஞ்சிகிட்டாரு."

காபியைக் குடித்ததும் முகம் சுளுக்கினார் ராஜன்.

"என்னாங்க?"

"வயித்தைப் புரட்டுது சகுந்தலா வயிறு சரியில்லே... நாலு தடவை வயத்துப்போக்கு ஆயிடுச்சு..."

"நேத்திலேந்து சரியா சாப்பிடவே இல்லிங்களே! எப்படி சரியில்லாமப் போச்சு? டாக்டர்கிட்டே பேசட்டுமா?"

சிகரெட் ஒன்றைப் பற்றவைத்துக்கொண்டு புகையை இழுத்துவிட்டார் ராஜன்.

"சொல்றேன்னு கோபிச்சுக்காதீங்க. வரவர ரொம்ப சிகரெட் புடிக்கிறீங்க... உடம்பு கெட்டுப் போவுது. நமக்கு இருக்கிற சொத்து, ஆஸ்தி போதுங்க... வீணாய் நீங்க மனசு வேதனைப்படறதைப் பாத்தா ரொம்பக் கஷ்டமா இருக்குங்க..."

கண்கள் கலங்க மெல்லப் பேசினாள் சகுந்தலா.

நாற்காலிமேல் கிடந்த அவள் கையை சற்றே அழுக்கி அவளுக்கு தைரியம் சொல்லுகிற மாதிரி சின்னதாய்ப் புன்னகைத்தார்.

"புயல் வரப்போகுதுன்னு ரேடியோவிலே விடாம சொல்றாங்க. ஆந்திராவைக் கடக்கப் போகுதாம். அதுக்கு இங்கே ஊர் ரெண்டுபட்டுப் போவுது... போன வருஷம் மாதிரி நாடு திண்டாடாம இருக்கணும்... சரி, கீழே வரிங்களா?"

"நீ போ, நா வரேன்."

சகுந்தலா கதவை சாத்திக்கொண்டு போனாள்.

சகுந்தலா, ராஜனுக்கு ஏற்ற மனைவி ஒரு மனைவிக்கு நான்கு குணங்கள் இருக்க வேண்டும் என்று ராஜன் படித்திருந்ததற்கு ஏற்ப சகுந்தலா இருந்தாள். பரிவோடு சமாளிக்கும் தாயாக, ஆலோசனை கூறும் மந்திரியாக, இன்பம் தரும் மனைவியாக, பணிவிடைகள் செய்யும் வேலைக்காரியாக எல்லாமாக சகுந்தலா இருந்தாள்.

தாம்பத்தியம் இனிமையாக இருந்ததாலோ என்னவோ இன்று வரை இன்னொரு பெண்ணை ஏறிட்டு நோக்கினவர் இல்லை ராஜன்.

அவரிடம் இருந்த ஒரே கெட்டப் பழக்கம் இந்த சிகரெட்தான். அதைக்கூட ஒரேயடியாய் விடுங்கள் என்று சகுந்தலா சொன்னதில்லை. அளவு மீறிப்போகும் நாட்களில் மனசைப் புண்படாமல் நாசூக்காய் எச்சரிப்பாள் இன்றுபோல.

கையிலிருந்த சிகரெட்டை அணைத்துவிட்டு எழுந்தார் ராஜன்.

ஏ.ஸி. அறை ஆனதால் வெளி ரகளை அவரைப் பாதிக்கவில்லை.

பாத்ரூம் போய்விட்டு வந்தார். வயிற்றுச் சங்கடம் அதிகமாக மார்பில் பளிச்பளிச்சென்று ஊசி குத்துவது மாதிரி குத்தத் தொடங்கியது.

வாயுக் கோளாறா?

வெறும் வயிற்றோடு இருப்பதனால் வாயு உண்டாகி விட்டதா?

வயிற்று உப்பு சத்திற்கான மாத்திரையைப் போட்டுக்கொண்டு படுக்கையில் உட்கார்ந்தார். சகுந்தலா சொல்வதுபோல் அதிகமாய்க் கவலைப்படுவதை விடவேண்டும். உடம்பு கெட்டுத்தான் போகிறது.

நாசமாய்ப் போகிற குவைத் ஆர்டர்.

போனால் போகட்டும்.

கம்பெனியை இழுத்து மூடி விடுகிறேன்.

இருக்கிற சொத்து போதும்.

மார்பின் வலி அதிகமாக இருக்கவே அப்படியே படுக்கையில் சாய்ந்துகொண்டார் ராஜன்.

✳✳✳

# 22

## மாலை 7-45

**பிரிட்ஜ்** விளையாடிக்கொண்டிருந்த டாக்டர் ஜான்சன் மணியைப் பார்த்தார். ஏழே முக்கால். மாலையில் மருத்துவமனைக்கு ஆறு மணிக்குப்போய் நோயாளிகளை ஒரு ரவுண்டு பார்த்துவிட்டு, வேறு அபாய்ன்ட்மெண்ட் இல்லாததால் வீட்டுக்கு வந்துவிட்டார். என்ன செய்யலாம் என்று யோசித்தவர் மணிவண்ணனுக்கு போன் செய்தார். நல்லவேளையாக போன் வேலை பண்ணியது.

"என்ன பண்ணுகிறீர்கள், மணி? சந்திராவுடன் இங்கே வாருங்களேன் பிரிட்ஜ் ஆடலாம்" என அழைப்பு விடுத்தார்.

இவர்கள் வீட்டுக்கு நாலாவது வீட்டில் மணிவண்ணன் இருந்தார். தனியார் கம்பெனி ஒன்றில் ஜெனரல் மானேஜர். பூர்வீக சொத்து அதிகம். ரேஸுக்குப் போவதிலிருந்து எல்லாவற்றிற்கும் டாக்டர் ஜான்சனின் தோழன்.

பத்து நிமிஷத்தில் மணிவண்ணனும் மனைவி சந்திராவும் வந்து சேர்ந்தனர். ஸில்வியாவுக்கு பிரிட்ஜ் ஆடுவதென்றால் உயிர். கொறிக்கத் தீனியும், குடிக்க விஸ்கியும் தயாரானதும் ஆட்டம் ஆட உட்கார்ந்தார்கள்.

ஒரு கேம் ஆனதும் ஜான்ஸன் எழுந்துபோய் மருத்துவமனைக்கு போன் பண்ணினார்.

"எல்லாம் சரியாக இருக்கிறது, பாஸ்!" என்று ஹவுஸ் டாக்டர் கிரி சொன்னதும் நிம்மதியாய்த் தொடர்ந்து ஆட உட்கார்ந்தார்.

***

# 23

## மாலை 8-00

**ப**த்திரிகைகள் அனைத்தையும் ஒன்றுவிடாமல் படித்தாகிவிட்டது. பொத்தென்று, கடைசியாய்ப் படித்த ஸ்டார் அண்ட் ஸ்டைலையும் பக்கத்தில் போட்டாள் மஞ்சு.

"அஸ்க்... அஸ்க்"

சர்ரென்று மூக்கைச் சிந்தினபோது தலைவலி அதிகமாகி இருப்பதாகத் தோன்றியது.

அருகில் புத்தகத்தில் ஆழ்ந்திருந்த ரவி திரும்பினான். "ஜலதோஷம் அதிகமாகி இருக்கா?"

கைகளைத் தலைக்கு மேலே தூக்கி சோம்பல் முறித்தாள் மஞ்சு. அவளுக்கு போர் அடித்தது. தலையை அதிகம் வலித்தது.

"சாப்பிடப் போகலாமா?"

"ம்..."

புடவையை சரிசெய்துகொண்டு மஞ்சு எழுந்தாள்.

"முகம் ஒரு மாதிரியா இருக்கே... இங்கே வா..."

அவளை அருகில் அழைத்து நெற்றியைத் தொட்டுப் பார்த்தான் ரவி.

தொட்ட இடம் இலேசாக சுட்டது.

"என்ன மஞ்சு! ஜூரம் வராப்பல இருக்குதா? ஏதாவது மாத்திரை சாப்பிடறியா?"

"கீழே கடையிலே சாரிதான் இருக்கானு கேட்டேன். இல்லியாம். ஒரு மாத்திரை இருந்தாத் தேவலை..."

"சரி வா போய் சாப்பிட்டப்பறம், வேற எங்கயாவது கிடைக்குமானு பாக்கலாம்..."

சாப்பாட்டறைக்குப்போய் சாப்பிட்டார்கள். பின்பு ரிஸப்ஷன் அருகிலிருந்த கடையை நோக்கி நடந்தார்கள். கடை மூடியிருந்தது.

என்ன பண்ணலாம்? மானேஜரிடம் ஏதாவது மாத்திரை கிடைக்குமா என்று கேட்டுப்பார்க்கலாமா?

சம்பத்தின் அறையில் எட்டிப்பார்த்தான். அவர் இல்லை. ஒரு வேளை வீட்டுக்குப் போய்விட்டாரோ?

மழையோ, காற்றோ, புயலோ ரிஸப்ஷனில் கூட்டம் ஜகஜக வென்று இருந்தது.

பாதிக்குமேல் பட்டும் நகையும் தரித்து கல்யாண வரவேற்புக்கு வந்தவர்கள்.

அவர்கள் சம்பத்தைத் தேடின நிமிஷத்தில் அவன் மாடி சாப்பாட்டுக் கூடத்தில் இருந்தான்.

எட்டு மணிக்கு டின்னர் என்று பெயர். இன்னும் விருந்து ஏற்பாடுகள் தயாராகவில்லை என்று கல்யாண பார்ட்டிக்கு ஏகக் கோபம்.

ஹோட்டல் சிப்பந்திகள் முன்னிலையிலேயே சம்பத்திடம் 'காள் காள்' என்று கத்திக்கொண்டிருந்தார் ஒருவர்.

"கிட்டத்தட்ட இருநூறு விருந்தாளிங்க வந்துட்டாங்க. இன்னும் இங்கே ஒண்ணுமே தயாராகலை. எத்தனை நாழிகை அவுங்களை கீழே ரிஸப்ஷனில் காக்க வைக்கறது? கொஞ்சமாவது பொறுப்பு வாணாம்? பெரிசா ஹோட்டல் நடத்தறீங்க பணம் மட்டும் எண்ணி வாங்கிக்கறீங்க, ஒரு இலைக்குப் பத்து ரூபானு... உங்க மொதலாளி எங்கே? நா அவர்கிட்டே பேசிக்கறேன்..."

சம்பத் அவர் பேசினபோது குறுக்கே பேசவில்லை. பணத்தைக் கொடுத்தவர், ஆத்திரப்படுகிறார். பணிந்து போவதுதான் நம் கடமை எனப் பொறுமையாய் இருந்தான்.

பிறகு மெதுவாய் அவர் அடங்கின பிறகு பேசினான்

"மழை, காத்து, பலமா இருக்கறதாலே, பால், காய்கறி, பழம், ஐஸ்கிரீம் ஒரு சப்ளையும் சரியாய் இல்லே, சார். உங்க டின்னரை நல்ல விதமாய் நடத்தணும்னு நானே வேனை எடுத்துட்டுப்போய் தேடித்தேடிச் சாமான்களை வாங்கி வர்றதுக்குள்ளே கொஞ்சம் லேட்டாயிடுச்சு மன்னிக்கணும், இதோ பத்து நிமிஷத்துல சாப்பிட உக்காரலாம் – தயவு செய்து பொறுத்துக்குங்க... ப்ளீஸ்..."

மேஜைகள் தயாரான உடனேயே கல்யாணவீட்டுச் சொந்தக்காரர்கள் கீழே சென்று காத்திருந்த விருந்தாளிகளை அழைத்து வந்தனர். கிட்டத்தில் நின்று உணவு வகையறாக்களைப் பரிமாறி முடிந்து, விருந்தினர் உட்கொள்ளத் தொடங்கியதும் சூப்பர்வைசரை அழைத்து "சரியா கவனிச்சுக்குங்க. பையன்களை சோம்பேறித்தனமா நிக்க உடாதீங்க" என்று சொல்லிவிட்டு வெளியிலே வந்தான்.

மாடிப்படியில் இறங்கும்போது மேலேயிருந்து கணேஷ் தம்பதி வருவதைக் கண்டு நிதானித்தான்.

"குட் ஈவினிங் சார்"

"குட் ஈவினிங் மிஸ்டர் சம்பத்"

"ஏன் மாடிப்படிலே போறீங்க? லிஃப்டிலே போகலாமே?"

"இவளுக்கு லிஃப்டுன்னா அவ்வளவா பிடிக்காது. சின்ன அறைக்குள்ளே பூட்டி உக்கார வெச்சா மாதிரி, ஜெயில் மாதிரி இருக்குங்கரா நடந்தா நல்லதுதானே! மேலே போகும்போது மட்டும் லிஃப்டிலே போயிடுவோம்."

ஓ! க்ளஸ்ட்ரோஃபோபியாவா?

சிலருக்கு மனோவியாதி, மூடின அறையில் இருப்பது ஒருவித பயத்தைத் தரும். அதனால் சின்னதாய், ஜன்னல்

இல்லாத எந்த அறைக்குள்ளும் அவர்கள் ஒரு நிமிஷம்கூடத் தங்கமாட்டார்கள்.

ஹோட்டலில் மானேஜராகப் பணியாற்றும் சம்பத் பல க்ளஸ்ட்ரோஃபோபியா உள்ள நபர்களைச் சந்தித்திருக்கிறான்.

"மேல் மாடிலே அறை வேணாங்க. மாடிப்படி ஏறி இறங்கற மாதிரி ரெண்டாவது, மூணாவது மாடிலே கொடுங்க" என்று சிலர் வெளிப்படையாகச் சொல்லிவிடுவதுண்டு.

சிலர் தங்களுக்கு இப்படியொரு வியாதி இருப்பதை வெளியே காட்டிக்கொள்ள விரும்பாமல் மூச்சுத் திணற திணற பல மாடிகளை ஏறி இறங்குவதுண்டு.

மிகவும் உயரத்திலிருந்து கீழே பார்த்தால் தலை சுற்றும் 'வெர்டிகோ' வியாதிகூட சிலரிடம் இருக்கும். அவர்களும் ரொம்ப மேலே உள்ள அறை கொடுத்தால் மறுத்துவிடுவார்கள்.

கணேஷ் தம்பதியுடன் ரிஸப்ஷனை அடைந்தான் சம்பத்.

"சாப்பிடப் போறீங்களா?"

"நண்பர் ஒருத்தர் வரேன்னு சொன்னார். மேலே அறையிலே. போர் அடிக்கிறது. இங்கே பராக் பார்த்துண்டே அரை மணி காத்திருந்தா வந்துடுவார். அவர் வரலைன்னா நாங்க சாப்பிட வேண்டியதுதான்."

"இந்த மழைலேயா வருவாரு?"

"பக்கம்தான் வீடு. ஆமா, ராத்திரி எத்தனை மணி வரையில் சாப்பாடு கிடைக்கும்?"

"பத்துவரை சாப்பாடு உண்டு அப்பறம் பதினொரு மணி வரை டிபன் கிடைக்கும்." சம்பத் விடை பெற்றுக்கொள்ள, கணேஷ் தம்பதி வரவேற்புக் கூடத்தில் உட்கார்ந்தனர்.

✳✳✳

# 24

மாலை 8-30

**வா**னொலி இயக்குநர் வீட்டுக்குப் போகவில்லை. மாலையே வீட்டுக்குச் செய்தி அனுப்பிவிட்டார், வர நேரமாகுமென்று. முக்கால்வாசி ஊழியர்கள் வீடுகளுக்குத் திரும்பிவிட்டாலும், பாக்கியிருக்கும் சிலரின் தைரியத்துக்காகத் தானும் இருப்பது தன் கடமை என்று நினைத்து தங்கிவிட்டார்.

"நீங்க போங்க சார். நா இருக்கேன்" என்று ஒரு உதவி இயக்குநர் சொன்னபோது சிரித்துக்கொண்டே, "எல்லோரும் சேர்ந்து ராத்திரி போனால் போச்சு" என்று சொல்லிவிட்டார்.

தன்னறையில் அமர்ந்து சில முக்கிய அலுவல்களைப் பார்த்துக் கொண்டிருந்த இயக்குநர், பியூன் வந்ததைப் பார்த்து தலை நிமிர்ந்தார்.

"போலீஸ் கமிஷனர் ஆபீஸ்லேந்து ஆள் வந்திருக்காருங்க..."

"வரச்சொல்லு."

வந்த அதிகாரி ஸல்யூட் அடித்துவிட்டு நாற்காலியில் உட்கார்ந்தார்.

"எதிர்பார்த்ததைவிட காற்று, கடலின் சீற்றம், மழை அதிகமாக இருக்கு, சார். உங்களுக்குத் தெரியுமோ என்னவோ, சமுத்திரம் மெரினா ரோட்டைத் தொட இன்னும் சில அடிகள்தான் பாக்கி இருக்கு. மக்களின் பாதுகாப்புக்கு நாங்கதானே பொறுப்பு? அரை மணிக்குள்ள தண்ணி மெரினா சாலையைத் தாண்டி கட்டடங்களிலே புகுந்துடும்னு கமிஷனருக்குத் தகவல்

கிடைச்சிருக்கு. அதனாலே உங்க ஒலிபரப்பை முடிச்சுக்கிட்டு உடனடியா நீங்களும் உங்க ஊழியர்களும் வெளியேறிடறது நல்லதுனு கமிஷனர் சொல்லச் சொன்னார்."

"பதினொரு மணிக்கு ஒலிபரப்பு முடிஞ்சிடும். அதுக்கு முன்னாலேயே மூடச் சொல்றாரா?"

"ஆமாங்க. நிலைமை ரொம்ப மோசமா இருக்கு. ஒவ்வொரு கட்டடத்துக்கும் ஜீப்பிலே அதிகாரிகள்போய் விவரத்தைச் சொல்றோம். ஏன்னா, முக்கால்வாசி இடங்களிலே டெலிபோன் வேலை செய்யலே. ராணி மேரிக் கல்லூரி, பிரஸிடென்ஸி கல்லூரி, மத்த கட்டடங்கள்ல இருக்கறவங்களை எச்சரிக்கை பண்ணிட்டோம். முன் கட்டடங்களில் யாரும் இல்லை. எல்லாம் பின்னால் இருக்கற மாடிக் கட்டடங்களுக்குப் போயிட்டாங்க. நீங்களும் உங்க நிலையத்தை மூடிட்டீங்கன்னா, எங்களுக்கு நிம்மதி..."

போலீஸ் அதிகாரியின் கவலை இயக்குநருக்குப் புரியவே செய்தது.

சென்ற வருஷம் ஆந்திராவில் பனைமரம் உயரம் அலைகள் வந்ததில் முப்பது மைல் விஸ்தீரணத்துக்குப் புல் பூண்டு இல்லாமல் அழியவில்லையா?

வழக்கத்தைவிட ஐந்தடி, ஆறடி உயர அலைகள்தான் இப்போதைக்கு எழும்புகின்றன என்று வானிலை ஆராய்ச்சியாளர்கள் சொல்லியிருக்கிறார்கள். ஆனால் இவையே திடீரென்று உயர்ந்துவிட்டால் எச்சரிக்கையுடன் இருப்பது நல்லதுதானே?

"சரி சார், மணி எட்டே முக்கால் ஆகப்போகுது. ஒன்பது மணிச் செய்தி ஒலிபரப்பானதும் நாங்க ஒலிபரப்பை நிறுத்திடறோம். முடிஞ்சா நாங்க தண்ணீர் வரத்துக்குள்ளே வீடுகளுக்குப் போகப் பாக்கிறோம். இல்லேன்னா என் ஆட்களை பத்திரமாய் மூன்றாவது மாடியில் தங்கச் செய்றது, என் பொறுப்பு. கவலைப் படாதீங்க. ரொம்ப நன்றி."

போலீஸ் அதிகாரி கிளம்பிப் போனார்.

உடனடியாக 'ஒன்பது மணி செய்திக்குப் பிறகு சென்னை நிலையம் இயங்காது. வெள்ளம், புயல் பற்றின சேதிகளை திருச்சியில் கேட்கலாம்' என்ற அறிவிப்பை ஒலிபரப்பச் சொன்னார் இயக்குநர்.

# 25

## மாலை 8-45

'டொக், டொக்' என்று யாரோ ஓங்கி மரக்கதவைத் தட்டுவதைக் கேட்டு அமராவதி விழித்துக்கொண்டாள்.

அருகில் முடங்கிக்கிடந்த கணவனை உலுக்கி எழுப்பினாள். "தே யாரோ கதவைத் தட்டறாங்க பாரு."

குடிசையின் வாயிலில் தொங்கிய சாக்குப்படுதாவை அடுத்து பலகை ஒன்றைக் கதவுமாதிரி சாய்த்து வைத்திருப்பதில்தான் யாரோ தட்டுகிறார்கள்.

சிம்னி அணையாமல் ஒரு பக்கமாய் நகர்த்திவிட்டுப் பலகையைத் தள்ளினான் கன்னியப்பன்.

கையில் டார்ச், தடியுடன், மழைக்கோட்டு அணிந்திருந்த தாணாக்காரர்.

"என்னா தூக்கம் தூங்கறேப்பா! ம்... ம்... எழுந்திரு ஹூட்லே இருக்கறவங்களைக் கூட்டிக்கிட்டு பள்ளிக்கோடத்துக்குப் போயிடு. காத்து இன்னும் பலமா வீசப்போவுதாம். தண்ணி ஏறினாலும் ஏறிடும் - நடுராவுலே என்னாத்துக்கு அவஸ்தை! கெளம்பு."

கன்னியப்பன் அமராவதியைப் பார்த்தான்.

சொதசொதத்த தரையில் கிழிந்த பாய்களை விரித்துக் கொண்டு குழந்தைகள் தூங்கிக்கொண்டிருந்தன. இதுகளைக் கிளப்பணுமே!

"நாங்க இங்கேயே இருந்துக்குறோங்க."

அமராவதியின் பேச்சைப் போலீஸ்காரர் காதில் வாங்கவில்லை.

"போலீஸ் ஆர்டரும்... எழுந்திருங்க - பள்ளிக்கோடத்திலே சூடா சாம்பார் சோறு ஆக்கிப் போடறாங்க போங்க... ம்."

மாலை கன்னியப்பன் வாங்கிவந்த பன்னும், டீயும் அத்தனை பேருக்கும் வயிற்றில் 'டொம்' என்று இருந்தாலும், சூடாய் சாம்பாரும், சோறும் என்று நினைக்கையில் அமராவதிக்கு எச்சில் ஊறியது.

"சரி கிளம்பு... தே... நீ பசங்களைக் கிளப்பு. நா பொட்டிய எடுத்துக்கறேன்."

பத்து நிமிஷங்களில் தூங்கி வழிந்த குழந்தைகள், பாய், தலையணைகள், தகரப்பெட்டி சகிதம் அவர்கள் பள்ளிக்கூடத்தை அடைந்தனர்.

பள்ளிக்கூடம் திருவிழாபோல் எங்கும் ஜனமும் விளக்குமாய் இருந்தது.

கம்மென்று சாம்பாரின் மணம்.

வராந்தாவை அடுத்து விறகடுப்புகளில் பெரிய பெரிய குண்டான்களில் சோறு, ஆவி பறக்க சாம்பார். நிறைந்து கிடந்த ஜனங்களைப் போலீஸ்காரர்களும், சில சமூக சேவகர்களும் ஒழுங்காய் உட்காரவைத்து தையல் இலையைக் கையில் கொடுத்து சோற்றை உருண்டையாய் உருட்டிப் போட்டார்கள்.

கன்னியப்பனின் குடும்பமும் சோற்றை வாங்கிக்கொண்டு ஒரு பக்கமாய் அமர்ந்து உண்ணத் தொடங்கியது.

அருகில் எவனோ வைத்திருந்த சின்ன ரேடியோவிலிருந்து உரக்க ஆங்கிலச் செய்தி வந்துகொண்டிருந்தது.

ஒருசில நிமிஷங்களில் செய்தி முடிந்ததும் வானிலை காரணமாக சென்னை நிலையத்தில் இத்துடன் ஒலிபரப்பு முடிகிறது என்றும், திருச்சியில் தொடர்ந்து வானிலை அறிக்கைகளைக் கேட்கலாம் என்றும் சொல்லி ரேடியோ மௌனமானது.

சமூக சேவகர்கள் நடுவில் ஒரே கசமுசா.

"ரேடியோ ஸ்டேஷனை மூடிட்டாங்களே!"

"அப்படின்னா சமுத்திரம் பொங்கி உள்ளே வந்திடுச்சின்னுதானே அர்த்தம்?"

"வெள்ளம் வந்திடுமோ?"

"ஆந்திராவிலே வந்த மாதிரி பனைமரம் அளவு அலை வந்துடுமா?"

என்னென்னவோ கத்தல்கள், பேச்சுக்கள். போலீஸ்காரர்களின் அதட்டலுக்கு யாரும் பயப்படவில்லை. தலைக்குத்தலை பேசினார்கள்.

கன்னியப்பன், மனைவி மக்களை ஒரு மூலைக்கு அழைத்துப்போய் பாயை விரித்துப் படுக்கவைத்தான். தானும் அப்படியே சாய்ந்துகொண்டான்.

வீடு, சாமான்களை விட்டுவிட்டு அன்னிய இடத்தில் பிச்சைக்காரர்களைப் போல சோத்துக்கு அல்லாடும் தங்களை நினைக்கையில் ஏனோ கன்னியப்பனுக்கு தங்களை இந்நிலைக்கு ஆளாக்கிய சேட்டின் நினைப்பு வந்தது.

பாவி நாசக்கார பாவி... மனசுலே ஈவிரக்கம் இல்லாத பாவி...

ஒரு மாசமாக இப்படிப்பட்ட எண்ணங்கள் எழும்போதெல்லாம், 'சே... இந்த மாதிரி நினைக்கக் கூடாது. கொஞ்ச வருஷம் அவர் ஹோட்டு உப்பைத் தின்னவன் இப்படி நினைக்கறது தப்பு' என்ற நியாயதர்ம வாதங்களைக் கொண்டு தன்னை அடக்கி வைத்திருந்தவனுக்கு இன்றைக்கு ஆத்திரம் பீறிட்டுக்கொண்டு எழவே செய்தது.

அருகிலிருந்த ரேடியோவிலிருந்து ஒலிபரப்பான திரைகானத்தில் தன் கவனத்தைத் திருப்பினான் கன்னியப்பன்.

"என்னாண்ணே தூங்குறியா?"

குரல் கேட்ட திசையில் பார்வையை ஓட்டினான்.

பக்கிரி.

கன்னியப்பனின் குப்பத்தில்தான் இவனும் இருக்கிறான். பலே ஆள். எதற்கும் அஞ்சாதவன். எப்பேர்ப்பட்ட பூட்டையும் நொடியில் திறந்துவிடும் மன்னன். போலீசுக்கு வாய்க்கரிசி போட்டு தப்பிக்கும் ராஜாதிராஜா

கன்னியப்பன் ஏதும் பேசவில்லை.

அருகில் நெருங்கி உட்கார்ந்தான் பக்கிரி.

"அண்ணியையும், கொயந்தைங்களையும் பார்க்கிறப்போ மனசுக்கு வேதனையா இருக்குண்ணே... எப்படி ராணி கணக்கா இருந்தாங்க! ஒரே மாசத்துலே ஆள் அடையாளம் தெரியாம எளைச்சுப் போயிட்டாங்க... ம்... பாவம். கொயந்தைங்களைப் பாரு எலும்பு தெரியுதே! ஏன் நீகூட எப்படித் தேய்ஞ்சி போயிட்டே! ம்... எல்லாம் அந்த சேட் வேலை. நன்றி கெட்ட ஆளு... நானாயிருந்தா பிளேடாலே கீய்ச்சிருப்பேன்! நீ கம்முனு இருந்திட்டே! இப்படி இருக்கயிருக்கத்தான் அந்த மாதிரி துட்டு படைச்சவங்களுக்குத் திமிரு ஏறிக்கினே போவுது. என்ன, நா சொல்றது?"

அவனை ஏறிட்டுப் பார்த்தான் கன்னியப்பன். அவன் மனசு இருந்த இருப்புக்கு பக்கிரியின் வார்த்தைகள் இதமாக இருந்தாலும் அதை வெளியில் காட்டிக்கொள்ளாமல் 'எனக்குத் தூக்கம் வருதுப்பா' என மெல்லச் சொல்லித் திரும்பிப் படுத்தான்.

# 26

## இரவு 9-15

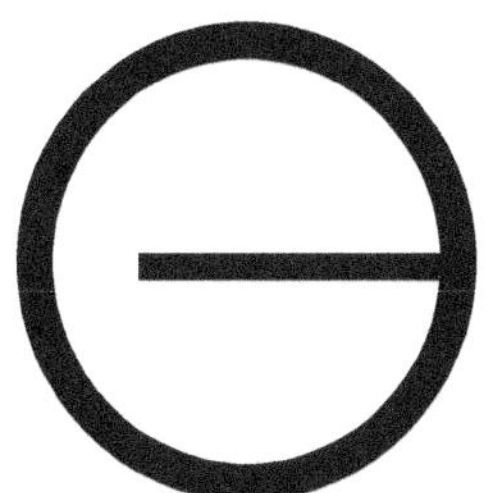

**ரா**ஜனைச் சுற்றி சகுந்தலா, சுகுமார், மகள் ஹேமா, இன்னும் வீட்டு ஆட்கள் ஓரிருவர் நின்றிருந்தனர். மிகுந்த பிரயாசைப்பட்டு கணவர் மூச்சுவிடுவதைப் பார்த்த சகுந்தலாவுக்கு பயமாக இருந்தது.

'நீ கீழே போ, நா பின்னாலே வரேன்' என்றவரைக் காணோம் என்று அவள் மீண்டும் மாடிக்கு வந்து பார்த்தபோது மணி எட்டரை. தூங்கினால் எழுப்ப வேண்டாம், உடம்பு சரியில்லையோ என்னமோ என்று மெல்ல கதவைத் திறந்து உள்ளே எட்டிப்பார்த்தவளுக்கு, கணவரின் முகம் சரியாக இல்லாதது புரிந்தது.

"என்னங்க? ஏன் எப்படியோ இருக்கீங்க?"

தலையணைகளை ஒன்றின்மேல் ஒன்று வைத்து அடுக்கி சாய்ந்த மாதிரி இருந்த ராஜன் உதட்டைக் கடித்துக்கொண்டு பேசினார்

"என்னவோ தெரியலை, சக்கு... கொஞ்ச நாழியா சங்கடப் படுத்துது."

கணவரின் அருகில் உட்கார்ந்த சகுந்தலா, அவருக்கு அதிகமாய் வியர்த்திருப்பதைக் கண்டாள்.

"ஏ.ஸி. ஓடுது... வெளியே குளிர் காத்து பிச்சுக்கிறது! ஏன் இப்படி வேர்க்குது?"

ஒரு துண்டை எடுத்துக் கணவனின் முகத்தைத் துடைத்தாள். "ஏங்க, வயித்துப்போக்கு ஆனதால வீக்கா இருக்கா? ஹார்லிக்ஸ் கரைச்சு கொண்டு வரட்டுமா?"

"நீ இங்கேயே இரு, ஆளைக் கொண்டு வரச் சொல்லு."

சகுந்தலா வெளியில்போய் ஹார்லிக்ஸ் கரைத்துக்கொண்டு வர சுகுமாரிடம் சொல்லிவிட்டு கணவனிடம் வந்தாள்.

ஐந்து நிமிஷத்தில் ஹார்லிக்ஸ் வந்தது.

சூடு பதமாக இருக்கும்படி ஆற்றி கணவனிடம் நீட்டினாள். ஒருவாய் குடிப்பதற்குள் ராஜன் தவித்துப்போனார். "என்னங்க? ஏன் முழுங்க கஷ்டப்படறீங்க?"

அப்பாவின் வேதனை சாதாரணமாக சுகுமாருக்கும் தோன்றவில்லை.

"என்னப்பா, என்ன செய்யுது உங்களுக்கு?"

"இங்கே வலிக்குதுப்பா. முதல்லே வயத்து வலினு இருந்தேன், ஆனா இப்போ அரைமணியா இங்கே வலிக்குது."

மார்பைத் தொட்டுக்காட்டி அவர் பேசவும் சுகுமார் திடுக்கிட்டான்.

"மார்வலியா? அதுதான் இப்படி வேர்க்கிறதா?"

கீழே போய்ப் பாட்டியைப் பார்த்துக்கொள்ளப் போட்டிருந்த நர்ஸை அழைத்துவந்தான். அவள் நாடியைப் பிடித்துப் பார்த்தாள்.

'பிரஷர் இருக்குமோ?' என்று முனகினவள், "எத்தனை நாழியா வலிக்குது? ரொம்ப வேர்க்குதா? இடது கை வலிக்குதா?" என்றெல்லாம் கேட்டாள். பின்பு சுகுமாரைப் பார்த்து, "டாக்டரை வந்து பாக்கச் சொல்லுங்க" என்றாள்.

அதிருஷ்டவசமாய் போனும் சரியாக இருந்து, குடும்ப டாக்டர் அச்சுதனும் கிடைத்து, அவர் வந்து சேரும்போது மணி ஒன்பது அடிக்கவில்லை.

ராஜனை அவர் பரிசோதித்த உடனேயே அது மாரடைப்புதான் என்பது தெளிவானதால் எஸ்.எம். மருத்துவமனைக்கு போன் செய்து விஷயத்தைச் சொல்லி, அவர்களின் விசேஷ ஆம்புலன்ஸை அனுப்பச் சொன்னார்.

ராஜன் வீட்டிலிருந்து எஸ்.எம். மருத்துவமனை இரண்டு மைல்களுக்குள்தான். ஆம்புலன்ஸ் எந்த நிமிஷமும் வந்துவிடலாம்.

அதற்குள் தன்னிடமிருந்த அட்ரினலின் மருந்தை ஊசி மூலம் ஏற்றினார்.

காத்திருக்கும் நிமிஷங்களில் ராஜனிடம் ஸ்வாதீனமாய் கேட்டார்.

"திடீர்னு இப்படி வர என்ன பண்ணீங்க? ரொம்ப ஸ்ட்ரெய்ன் பண்ணிக்கக்கூடாதுனு சொல்லியிருக்கேன், இல்லை? கொலஸ்டிரால் அதிகம் உண்டே, ஏதாவது அது இதுனு ஸ்வீட், நெய் கணக்கு பாக்காம சாப்பிட்டுட்டீங்களா?"

ராஜன் பதில் சொல்லாமல் மெல்லச் சிரித்தார். சகுந்தலா பேசினாள்:

"என்ன டாக்டர் நீங்க? அவர் சரியா சாப்பிட்டே ரெண்டு நாளாவது! வெயித்துப்போக்கு வேறு... மனக்கவலை படறாரு... ரொம்ப ஸ்ட்ரெய்ன் போங்க."

"ஆமாம் டாக்டர் ஃபாக்டரி, அப்பாவுக்கு ரொம்ப தொல்லை கொடுக்குது... தொழிலாளர் வேலை நிறுத்தம் வேற... என்ன கொடுத்தாலும் நன்றி இல்லாத ஜனங்க... கொஞ்ச நாளைக்கு இதையெல்லாம் விட்டு ஒழிச்சிட்டு ஹாய்யா ஒய்வா இருக்கச் சொல்லுங்க."

"அம்மாவும் பிள்ளையுமா புகார் சொல்றதுக்கு என்ன பதில், மிஸ்டர் ராஜன்?"

டாக்டரின் இந்தக் கேள்விக்கும் ராஜன் பதில் சொல்லவில்லை. சாய்ந்திருந்தவர் எழுந்து உட்கார்ந்தார்.

"வலி தாங்க முடியலை, டாக்டர்" என்றார் சின்னக் குரலில்.

"அவருக்கு என்ன பண்றது, டாக்டர்?" என்று சகுந்தலா கேட்டதற்கு ஏதும் தீர்மானமாய்க் கூறாத அச்சுதன், ராஜனை மறுபடி பரிசோதித்தார்.

"இருதயத் துடிப்பு குறைஞ்சிருக்கு... அட்ரஃபின் ஊசி போட்டால் தேவலை."

"நாமே வேணா கார்லே படுக்கவச்சு அழைச்சிட்டுப் போயிடலாமா, டாக்டர்? நாழியாவுது."

சுகுமாருக்கு இருப்புக்கொள்ளவில்லை. மணியைப் பார்த்தான், ஒன்பதேகால் ஆகப்போகிறது.

"வேணாம் சுகுமார். எஸ்.எம். ஹாஸ்பிடலில் கொரோனரி கேர் ஆம்புலன்ஸ் இருக்கு. அதை அனுப்பியிருப்பாங்க. நாம தெரியாம தூக்கினா வலி அதிகமாயிடும். வண்டி வர்ற நேரம்தான்."

"கொரோனரி கேர் ஆம்புலன்ஸ் வருகிறதா? அப்படியானால் அப்பாவுக்கு ஹார்ட் அட்டாக்தானா?" கவலையுடன் ஹேமாவும் சுகுமாரும் ஒருவரையொருவர் பார்த்துக்கொண்டார்கள்.

சுகுமார் கதவைத் திறந்துகொண்டு பால்கனிக்குச் சென்று ஆம்புலன்ஸ் வருகிறதா என்று சாலையைப் பார்த்தான். - என்ன மழை, என்ன காற்று! புயல் ஆந்திராவைக் கடக்கிறதா இல்லை சென்னையையே தாக்குகிறதா?

✳✳✳

# 26

## இரவு 9-20

**வ**ரவேற்புக் கூடத்தில் மொட்டு மொட்டென்று கணேஷ் தம்பதி உட்கார்ந்திருந்தனர். ரிஸப்ஷன் முழுக்க ஜனங்கள். காருக்காகக் காத்திருப்பவர்கள், டாக்ஸியை எதிர்நோக்கி இருப்பவர்கள், யாராவது ஓ.சி. லிஃப்ட் தரமாட்டார்களா என்று நப்பாசை கொண்டவர்கள்.

மாடியிலிருந்து நிறைய பேர் இறங்கி வந்திருந்ததால் நாற்காலிகள் எல்லாம் நிறைந்துபோய், பலர் நின்றுகொண்டிருந்தனர்.

"மாடியில் கல்யாண டின்னர் ஒன்று இருந்தது. அதுக்கு வந்தவர்களாய்த்தான் இருக்கும்" தனக்குத்தானே சொல்லிக் கொண்டாள் லஷ்மி.

இன்னும் எத்தனை நேரம் சுற்றுப்புறத்தைப் பராக்கு பார்த்துக் கொண்டிருப்பது?

லஷ்மிக்குப் பசித்தது. போர் அடித்தது. கணேஷுக்கும் பேச்சுக்கு ஆள் கிடைத்துவிட்டார். 'லொட லொட' என்று வாய் மூடாமல் இரண்டு பேரும் பேசினது லஷ்மிக்கு எரிச்சலாக இருந்தது.

சாப்பிட வருவதாகச் சொல்லியிருந்த இவர்களின் குடும்ப நண்பர் பரமேஸ்வரன் ஒரு வக்கீல். கணேஷுக்கு கம்பெனி சம்பந்தமாய் ஏதோ பேசவேண்டியிருந்ததால் 'ராத்திரி சாப்பிட்டுக் கொண்டே பேசலாம் உங்கள் மனைவியை அழைத்து வாருங்களேன்' என்று சொல்லியிருந்தான்.

"ஒன்பது மணிக்கு வரோம்னு சொன்னவாளை ஏன் இன்னும் காணோம்? எனக்குப் பசிக்கிறது... அவாளுக்காக இன்னும் எத்தனை நாழி காத்திருக்கணும்?" ஒரு வழியாய் சிநேகிதனிடம் விடைபெற்றுத் திரும்பிய கணவனிடம் லஷ்மி கேட்டாள்.

"மழையிலே லேட்டாறதுனு நினைக்கிறேன். போன் பண்ணலாம்னா ஹோட்டல் டெலிபோன் வேலை செய்யலே... ஒன்பதரை வரைக்கும் பாப்போம், இல்லாட்டா நாம் சாப்பிட வேண்டியதுதான்."

பட்டுப்புடவையும், நகையுமாய்ப் பளபளத்து, மழையில் நனைந்து கச்கசத்த கூட்டத்தை இன்னும் பத்து நிமிஷத்துக்கு பராக்கு பார்க்க சோபாவில் நன்றாய் சாய்ந்து உட்கார்ந்தாள் லஷ்மி.

# 27

**இரவு 9-25**

ஆம்புலன்ஸ் வந்துவிட்டது. அதன் கூடவே டாக்டர் கிரி, ஒரு நர்ஸ், ஸ்ட்ரெட்சர் தூக்க இரண்டு ஆட்கள்.

ஸ்ட்ரெட்சரில் ராஜனைப் படுக்கவைத்து ஆம்புலன்ஸுக்கு எடுத்துப் போனார்கள். கீழே அம்மாவின் அறையைத் தாண்டும் போது ஒரு நிமிஷம் அம்மாவைப் பார்க்கவேண்டும் போல இருந்ததால் தன் ஆசையை டாக்டர் அச்சுதனிடம் ராஜன் சொல்ல, அவர் அதை அனுமதித்தார்.

ஸ்ட்ரெட்சரில் இருந்தபடியே அம்மாவைப் பார்த்தார் ராஜன்.

கண்கள் மூடி, தூங்குவதுபோல் நிம்மதியாய் இருந்தவளைப் பார்க்கும் போது மனசுக்குள் விநோதமான வேதனை எழுந்தது.

"அம்மாவை சரியாப் பாத்துக்க" என்று கஷ்டப்பட்டு அருகில் இருந்த நர்ஸிடம் சொன்னார்.

ஆம்புலன்ஸில் ராஜனை ஏற்றிய உடனேயே மானிட்டரையும், ஆக்ஸிஜனையும் இணைத்தார் டாக்டர் கிரி.

'க்விங்க் க்விங்க்' என்ற சப்தத்துடன் பச்சை நிறப் புள்ளி ஒன்று அருகிலிருந்த பெட்டியில் குதித்துக்கொண்டு ஓடத் தொடங்கியது. இருதயத்துடிப்பு எப்படியிருக்கிறது என்பதை டாக்டர்களுக்கு உணர்த்தும் மெஷின்தான் இந்த மானிட்டர்.

ஆம்புலன்ஸ் புறப்பட்டது. அதில் அச்சுதன் மட்டும் ஏறிக்கொள்ள, பின்னால் காரில் சுகுமார், சகுந்தலா, ஹேமா தொடர்ந்தார்கள்.

ஓடும் ஆம்புலன்ஸில் நர்ஸ் ரத்த அழுத்தம் எடுப்பதற்குள் டாக்டர் கிரிக்கு இது மாரடைப்புதான் என்பது தெளிவாக, லாசக்ஸ், கோரமின் மருந்துகளை ஊசி மூலம் செலுத்தினார்.

குடும்ப டாக்டரிடம் ராஜனின் உடம்பு பற்றிய விவரங்களைக் கேட்டார்.

ஏழரைக்கு ஆரம்பித்த வலி மெல்ல மெல்ல அதிகரித்து இப்போது தாங்க முடியாததாகி இருக்கிறது.

மார்வலி, வியர்வை, இடதுகைவலி, இருதயத்துடிப்பின் குறைவு, ரத்த அழுத்தம் 70-50 எல்லாம் நிச்சயமாய் மாரடைப்பு என்றுதான் சொல்லுகின்றனவே.

ஒரு சின்ன மருத்துவமனை மாதிரியான எல்லா வசதிகளையும் கொண்ட அந்த ஆம்புலன்ஸிலேயே ராஜனுக்குத் தேவையான சிகிச்சைகளை செய்யத் தொடங்கிவிட்டாலும், மருத்துவமனைக்குப் போனதும் டாக்டர் ஜான்சனை வரச்சொல்ல வேண்டும், தீவிர மாரடைப்பாக இருக்கும்போல் தோன்றுகிறது என்று நினைத்துக் கொண்டார் டாக்டர் கிரி.

# 28

## இரவு 9-40

**நி**ச்சயதார்த்தம் ஆகி, உன்பாடு என்பாடு என்று சாப்பாட்டுப் பந்தி நடந்து முடிந்துவிட்டது. எழுந்து கையலம்பிக் கொண்டவர்கள் தாம்பூலம் போட்டுக்கொள்கையில் ஒருவர் மாற்றி ஒருவராக வீசும் காற்றைப் பற்றியும், பெய்யும் மழை பற்றியுமே பேசினார்கள்.

வதந்திகளுக்கெல்லாம் கண், காது, மூக்கு ஒட்டவைத்து விஸ்வரூபம் கொடுத்தனர் சிலர்.

சென்னை வானொலி நிலையம் தன் ஒலிபரப்பை ஒன்பதே காலுடன் முடித்துக்கொண்டது, வெறும் வாயை மெல்லுபவருக்கு சுவையாக இருந்தது.

"சமுத்திர ஜலம் பொங்கி உள்ளே வந்துட்டதாம்! ரேடியோ ஸ்டேஷன்லே பாதி முங்கிடுத்தாம்... தெரியுமா?"

"ராணி மேரிக் கல்லூரி பசங்களெல்லாம் ஹாஸ்டல் ரெண்டாவது மாடியோட மாடியா இருக்காளாம், பாவம்" என்று சிலர் புயலின் கொடுமையை விவரித்தனர்.

"ஏன் சார், போன வருஷம் ஆந்திராவிலே பனைமரம் உயரம் அலை எழும்பின மாதிரி இங்கே வந்தா எந்தெந்த பகுதியெல்லாம் மூழ்கிப்போகும்?" பயந்துபோன ஒருவரின் கேள்வி இது.

"நா போன வருஷம் புயல் சமயத்துல நாகப்பட்டினத்திலே தூர் போயிருந்தேன். என்ன பயங்கரம், என்ன கோரம்! உசிர்

தப்பிச்சது பகவான் கருணையாலதான்! இப்ப அடிக்கற காத்தையும், மழையையும் பாத்தா எனக்கு என்னமோ அந்தப் புயல் ஞாபகம்தான் வரது. கலி முத்திடுத்தோன்னோ? அதான் வருஷா வருஷம் இப்படிப் புயல் வீசறது." வேதாந்தத்தோடு ஒருவர் வியாக்கியானம் செய்தார்.

நானாவித பேச்சுக்களைக் கேட்டுக்கொண்டே அறைக்குள் உட்கார்ந்திருந்த நித்யாவுக்கு ஆத்திரம் வந்தது.

சட்டுபுட்டுனு சாப்பிட்டோம், கொண்டோம்னு படுத்துத் தூங்கினா என்ன?

விடிய விடிய ஊர்க்கதையெல்லாம் இவாளை யாரு பேசச் சொல்றா?

அருகிலிருந்த குழந்தையை அனுப்பி மணி கேட்டு வரச் சொன்னாள்.

"ஒன்பதே முக்கால்."

இந்தக் கொட்டும் மழையில், புயலில் ஜனா காத்திருப்பாரே! இவா சந்தடி எப்போ அடங்கி, எப்போ நா புறப்படறது? மாலைப் பொழுதில் தைரியமாக இருந்தவளை கொஞ்ச நேரமாய் அச்சம் சூழ்ந்துகொண்டிருக்கிறது.

என்னாலே போக முடியுமா?

ஜனாவோடு எதிர்பார்க்கிற திசையில் திருப்தியாய் வாழ முடியுமா? அவர் வேறே ஜாதி - நா வேறே ஜாதி ஒத்து வருமா?

சீ... இது என்ன நினைப்பு?

தன்னை உலுக்கிக்கொண்டாள் நித்யா.

"என்னடி பண்ணறே உக்கார்ந்துண்டு? எல்லாரும் காலா காலத்திலே படுங்கோ! விடிகாத்தால முகூர்த்தம். சுருக்க எழுந்துக்கணும்."

ரங்கா கொடுத்த ஐயாயிரத்தைப் பெட்டியில் பத்திரமாய் வைத்துப் பூட்டி, அதையே தனக்குத் தலையணையாக்கி படுத்துக்

கொண்ட சித்தி ஒரு அதட்டல் போடவே, கசமுசவென்று பேசின பெண்களெல்லாம் எழுந்து கிடைத்த இடத்தில் காலை நீட்டத் தொடங்கினர். வெளிக் கூடத்தில் புருஷர்கள் சீட்டுக் கச்சேரி ஐமுக்காளத்தை விரித்தார்கள்.

பக்கென்றது நித்யாவுக்கு.

இவாளைத் தாண்டிண்டு இத்தனை வெளிச்சத்துலே, சந்தடியிலே... ஒருத்தரும் பாக்காமல் போக முடியுமா?

கொஞ்சம் அமளி அடங்கட்டும், பிறகு பார்க்கலாம் என்று தோன்ற பேசாமல் படுத்தாள்.

# 29

## இரவு 9-50

**த**மிழ்நாடு மின்சார வாரியத்தின் தலைவர் டெல்லிக்கு கருத்தரங்கு ஒன்றுக்காகப் போய்விட்டதால், பொறுப்பு அத்தனையும் தலைமைப் பொறியாளரின் தலையில்தான் விழுந்தது.

சென்னையின் நிலைமை குறித்து அவ்வப்போது டெல்லியோடு பேசி ஆலோசனை கேட்டவருக்கு மாலையிலிருந்து அதுவும் இயலாமல் போயிற்று. டெலிபோன், டெலக்ஸ் எல்லாம் செயலிழந்து போயின.

தலைமை அலுவலகத்தில் அன்று அதிகாரிகளுக்கு வேலை நெட்டி முறித்தது. டெலிபோன் செய்தி சொல்ல முடியாத இடங்களுக்கு நேரில் போய் உத்தரவுகளைப் பிறப்பித்துக் கொண்டு, மின்சார விபத்து நடந்திருந்த ஸ்தலங்களுக்கும், சப்ளை அறுந்துபோன இடங்களுக்கும் முக்கிய அதிகாரிகளே சென்றதால் இந்த நேரத்திலும் மவுண்ட்ரோடு அலுவலகத்தில் ஜீப்பும் வேனும் வந்துபோன வண்ணம் இருந்தன.

நகரில் ஏகப்பட்ட புகார்கள். சப்ளை இல்லையென்ற புகார்கள், கம்பி அறுந்து உயிர்களை பலி வாங்கிவிட்டதென்ற புகார்கள்.

எண்ணூர் மின்சக்தி நிலையத்தின் செயல்பாடுகள் நிறுத்தி வைக்கப்பட்டிருப்பதால் அந்த மின்சார சப்ளைக் குறைவை மற்ற விதத்தில் சரிக்கட்ட வேண்டும். பொதுமக்களுக்குக் கூடுமான வரையில் அசௌகரியம் ஏற்படாமல் பார்த்துக்கொள்ள வேண்டும் அதிகாரிகள் மண்டையை உடைத்துக்கொண்டார்கள்.

கொரட்டூர் சப்ளை இருக்கும்வரை கவலையில்லை. ஆனால் அடிக்கின்ற காற்றைப் பார்க்கும்போது எதுவும் சொல்ல முடியாது என்ற பயம் தலைமைப் பொறியாளரின் ஆபீஸ் அதிகாரிகளுக்கு இருக்கவே செய்தது.

வட சென்னை, தென் சென்னைக்கு பொறுப்பு அதிகாரியான குப்தா டெலிபோனைக் கையில் எடுப்பதும், அரை நிமிஷ யோசனைக்குப் பிறகு வைப்பதுமாக இருந்தார்.

என்ன செய்வது?

தான் எடுக்கும் முடிவு சரிதானா?

மேலிடத்தில் சொல்லலாம் என்றால் தலைமைப் பொறியாளர் லைன் கிடைக்கவில்லையே?

முழுப் பொறுப்பையும் தன் மேலேயே போட்டுக்கொண்டு முடிவு எடுக்கலாமே!

மக்களின் பாதுகாப்பைவிட வேறு எது முக்கியம்?

மணி 9-50 ஆகிறது. இன்னும் கொஞ்ச நேரம் பொறுத்துப் பார்க்கலாம் அதற்குள் மேலதிகாரியிடம் பேச முடிந்தால் சரி இல்லாவிட்டால் செயலில் இறங்க வேண்டியதுதான்.

எதிரில் நின்ற கோட்டப் பொறியாளரிடம் சற்று முன்வந்த புகாருக்கு எந்தவித நடவடிக்கை எடுக்க வேண்டும் என்று சொல்லிவிட்டு, மீண்டும் தலைமைப் பொறியாளரின் நம்பரை சுழற்றினார் குப்தா.

✳ ✳ ✳

# 30

## இரவு 10-00

**தீ**விர சிகிச்சைப் பிரிவில் ராஜனைப் படுக்கவைத்த பின் ஜூனியர் டாக்டரை அழைத்து டாக்டர் ஜான்ஸனுக்கு உடனடியாய் விஷயத்தைத் தெரிவிக்கும்படி சொன்னார் டாக்டர் கிரி.

பிராண வாயுவைப் பொருத்திய பிறகு மானிட்டரோடு தொடர்பு கொடுத்தார்.

ஃபார்மஸியிலிருந்து தேவையான மருந்துகளை எடுத்து வரும்படி நர்ஸுக்கு எழுதிக் கொடுத்தார். மருந்துகள் வந்தன.

இருதயத் துடிப்பு குறைவாக இருந்ததால் முதலில் அட்ரோ ஃபினை கொடுத்தார். இரத்த அழுத்தம் 70/50 என்று காட்டியது கவலையைத் தர, குளுகோஸோடு மருந்து கலந்த புட்டியை ஸ்டாண்டில் மாட்டினார்.

ராஜனின் இடதுகை முட்டிக்கு மேல் ரப்பரைக் கட்டி ரத்த நாளத்தை நர்ஸ் புடைக்கச் செய்ததும் ஊசியை உள்ளே நாளத்தில் செருகி, குளுகோஸ் பாட்டிலுடன் சேர்ந்த பிளாஸ்டிக் குழாயை அந்த ஊசியில் பொருத்தினார்.

சொட்டு சொட்டாக சீராக, குளுகோஸ் ராஜனின் உடலில் செல்லத் தொடங்கியது.

வலியின் காரணமாய் ராஜன் முனகுவதைக் குறைக்க பெத்தடின் ஊசியும் போட்டார். பத்து நிமிஷத்தில் மருந்து

வேலை செய்யத் தொடங்கும்போது, வலி குறைந்து நோயாளி தூங்கவும் முடியும்.

தான் செய்ய வேண்டியவற்றைச் செய்துவிட்டு டாக்டர் கிரி, உள்ளே ஸ்பெஷல் நர்ஸை இருக்கச்செய்து அறைக்கு வெளியே டாக்டர் அச்சுதனோடு வந்தார்.

கவலைதோய்ந்த முகத்துடன் காத்திருந்த சகுந்தலா, சுகுமார், ஹேமா அவர்களைச் சூழ்ந்துகொண்டனர்.

"எப்படி இருக்கிறார்?"

"அவருக்கு என்ன கோளாறு?"

"நாங்க உள்ளே போகலாமா?"

கேள்வி கேட்டவர்களை 'ஷ்' என்று உதட்டின் மேல் விரலை வைத்து அடக்கினார் டாக்டர் அச்சுதன்.

"டாக்டர் ஜான்ஸன் இப்ப வந்துடுவார்; அவர் பரிசோதிச்ச பிறகுதான் விவரம் தெரியும். அதுவரைக்கும் உள்ளேபோய் தொந்தரவு பண்ண வேண்டாம். தூக்கத்துக்கும், வலியைக் குறைக்கவும் மருந்து கொடுத்திருக்கோம். நீங்க மட்டும் வேணா போங்க..." சகுந்தலா, டாக்டரின் உத்தரவின்படி அறைக்குள் போனாள்.

அவள் மறைந்து கதவு சாற்றிக்கொண்டதும் சின்னக் குரலில், "மிஸ்டர் ராஜனுக்கு மாரடைப்பு மாதிரி தெரியறது. சுகுமார், அம்மாவிடம் ஒண்ணும் சொல்ல வேண்டாம் டாக்டர் ஜான்ஸன் வந்து பார்த்த பிறகு சொல்லலாம் என்ன?" என்றார் டாக்டர் அச்சுதன்.

ஐம்பத்திரண்டு வயசில் திடகாத்திரமாய் இருக்கும் அப்பாவுக்கு மாரடைப்பு என்ற சேதியைக் கேட்டதும் ஹேமாவால் தன் கண்களில் பெருகிய நீரை நிறுத்த இயலவில்லை.

✳✳✳

# 31

## இரவு 10-20

**சா**ப்பிட்டு முடித்து கையைக் கழுவிக்கொண்ட லஷ்மிக்கு சாப்பிட்ட திருப்தியே இல்லை.

இரவு டிபன் சாப்பிட்டால் அவளுக்குப் போதாது கடைசியாய் கொஞ்சம் தயிர் சாதமும் சாப்பிட வேண்டும். இல்லாவிட்டால் நெஞ்சைக் கரிக்கும் என்பாள். இன்றைய சாப்பாட்டில் அந்தப் பரமேஸ்வரனால் மண் விழுந்ததுதான் மிச்சம்.

ஒன்பதரை மணிக்கும் மேலேயே காத்துப் பார்த்துவிட்டு இனி வரமாட்டார், தாங்கள் சாப்பிடலாம் என்று தீர்மானம் செய்து சாப்பிட டைனிங் ஹாலுக்குள் அவர்கள் நுழையும்போது மணி ஒன்பதே முக்கால்.

"இரண்டு சாப்பாடு" என்று ஆர்டர் கொடுத்தான் கணேஷ்.

ஐந்து நிமிஷங்கள் சென்றிருக்கும். சாப்பாட்டுக் கூடப் பொறுப்பாளர் கிட்டத்தில் பவ்யமாக வந்து நின்றுகொண்டார்.

"சாப்பாடு தீர்ந்து போச்சு, சார்... டிபன் சாப்பிடுங்களேன்?"

"சாப்பாடு இல்லையா? பத்து மணி வரைக்கும் உண்டுன்னு மானேஜர் சொன்னாரே!"

"வழக்கமாய் இருக்கும், சார். இன்னிக்கு என்னமோ சோதனையாய் இப்படி..."

"சரி, என்ன சாப்பிடறே, லஷ்மி?"

"என்ன இருக்கு?"

"தோசை, ஊத்தப்பம், சன்னா படூரா"

"இட்லி இல்லை?"

"இல்லேம்மா... இன்னிக்கு வானிலை இப்படி இருக்கறதாலே, மாவு பொங்கலை."

"சரி, எனக்கு ஊத்தப்பம், ஒரு சன்னா படூரா."

பதார்த்தங்கள் வர பத்து நிமிஷங்கள் பிடித்தன.

எண்ணெயைப் பிழிந்து தலையில் தடவிக்கொள்ளலாம் போல இருந்த படூராவை லக்ஷ்மி வேண்டா வெறுப்பாகச் சாப்பிட்டாள். பாதிக்கு மேல் சாப்பிட முடியவில்லை. சர்வரை அழைத்து, "கப் தயிர், கொஞ்சம் சாதம் மட்டும் கொண்டுவா" என்றாள்.

சாதம் இருக்கிறதாம், தயிர் இல்லையாம்.

"என்ன ஹோட்டல் இது? தயிர்கூடவா இல்லை?"

மழையினால் பால் சப்ளை இல்லையாம், தயிர் உறை குத்தினது போதவில்லையாம்.

"என்னதான் இருக்கு?"

"ஐஸ்கிரீம் - ஹார்லிக்ஸ், போன்விட்டா..."

இந்த மழையில் ஐஸ்கிரீம் சாப்பிட லக்ஷ்மிக்கு என்ன பைத்தியமா?

ஹார்லிக்ஸ்தான் சாப்பிடணும் வேற ஒண்ணும் இல்லையே?

கணேஷ் ஊத்தப்பம் ஒன்று கொண்டுவரச் சொன்னதால், இவள் எழுந்துபோய் கையலம்பிக்கொண்டு வந்து, கணவர் சாப்பிட்டு முடிப்பதற்காகக் காத்திருந்தாள்.

✳✳✳

# 32

## இரவு 10-25

**கொ**ரட்டூர் துணை நிலையத்திற்குப் பக்கத்திலேயே கோட்டப் பொறியாளர் நாயரின் வீடு இருந்தது.

நாயருக்குத் தூக்கம் வரவில்லை. எண்ணூர் மின் நிலையத்தை நிறுத்தியாகிவிட்டது. கொரட்டூர் நிலையத்திலிருந்துதான் இப்போது சென்னைக்கு சப்ளை ஆவதால், கண்குத்திப் பாம்பாக நிலையத்தில் நின்று ஒன்பதரை மணிவரை கவனித்த பிறகே வீட்டுக்கு வந்திருக்கிறார்.

சாப்பிட்டவர் மீண்டும் ஜன்னலருகே வந்து நின்று கொண்டார்.

காற்று நூற்று அறுபது கிலோ மீட்டர் வேகத்தில் வீசுகிறதாம்! திருச்சி நிலையத்திலிருந்து ஒலி பரப்பிய வானிலை அறிக்கையிலிருந்து தெரிந்துகொண்டார்.

காற்றில் இரும்புக் கம்பங்களும், மின்சாரத்தை ஏந்திச் செல்லும் கம்பிகளும் ஆடிய ஆட்டத்தைப் பார்த்தாலே அடிவயிற்றைக் கலக்கியது.

இன்று இரவு நல்லபடியாகப் போகுமா?

பகல் என்றால் பொதுமக்கள் எப்படியாவது சமாளித்துக் கொள்வார்கள். இரவில் மின்சாரம் இல்லாமல் போய்விட்டால் பாவம் ரொம்பத் திண்டாடுவார்களே!

இந்தக் காற்று கொஞ்சம் குறைந்தால் தேவலை.

நாயருக்கு விவரிக்கத்தெரியாத கலவரம் சில நிமிஷங்களாக உண்டாகியிருந்தது.

ஏன் இப்படி?

பயப்படும்படி ஒன்றும் ஆகவில்லை ஏன் வீணாய்க் கற்பனையை வளர்க்கிறேன்?

இருப்புக்கொள்ளாமல் தவித்த நாயர், ஆபீஸுக்கே போய்விட்டால் என்ன என்று நினைத்து மழைக்கோட்டு, கம்பூட்ஸ், தொப்பி அணிந்துகொண்ட அதே கணத்தில் அவரது பயம் நிஜமானது.

உய்ங்கென்று வீசின அசுரக் காற்றில் முக்கிய எர்த் கம்பி அறுந்து மின்சாரத்தை வாங்கும் பஸ்பார்களின் (Bus Bar) மேல் விழுந்ததும், கொரட்டூர் துணை மின்நிலையம் கூஷணத்தில் அந்த காரத்தில் மூழ்கியது.

கம்பிகளிலோ, 230 கே.வி. பஸ் பார்ஸிலோ, எர்த் கம்பியிலோ அல்லது மற்ற ஏதாவது சாதனத்திலோ முக்கியமாகக் கோளாறு உண்டானால் மின்சாரத்தின் இயக்கம் தானாகவே நின்றுவிடும் தன்மையில் கொரட்டூர் நிலையம் அமைக்கப்பட்டு இருந்ததன் காரணமாய் அந்தக் கணமே இருள் சூழ்ந்தது.

தொப்பியைக் கையில் எடுத்துக்கொண்டு டார்ச்சை அடித்த வண்ணம் நாயர் ஓடினார்.

தானியங்கி மின் நிறுத்த வசதி உள்ளது என்றாலும் கோளாறு எந்த இடத்தில் என்று இந்த இருளில், மழையில், காற்றில் எப்படிக் கண்டுபிடிப்பது?

பொறுமையாய், கோளாறின் மூலஸ்தானத்தைக் கண்டு கொள்ள முயல்வதற்கு முன் தலைமை அலுவலகத்திற்கும் பேஸின் பிரிட்ஜுக்கும் தகவல் சொல்ல வேண்டியது தன் கடமை என அலுவலகத்துக்குள் போனார்.

தென் சென்னை, வட சென்னை பொறுப்பு அதிகாரி குப்தா ஒரு முடிவுக்கு வந்துவிட்டார். மனித சௌகரியத்தைவிட இந்த

விநாடியில் மனித உயிரைக் காப்பதுதான் முக்கியம் என்ற எண்ணம் நிமிஷத்துக்கு நிமிஷம் ஊர்ஜிதமாக, ஒரு முடிவுக்கு வந்துவிட்டார்.

மாலையிலிருந்து மட்டும் எட்டு இடங்களில் மின்சாரக் கம்பி அறுந்து, அதை அறியாமல் தொட்டுவிட்ட எட்டு மனித ஜீவன்கள் இறந்துவிட்ட சேதி வந்திருக்கிறது.

சேதி வராத சாவுகள் எத்தனையோ? இதைத் தவிர ஆடு, மாடு, நாய்கள் வேறு.

தவிரவும் காற்று இப்போது உச்சக்கட்டத்தை அடைந்திருப்பதுபோல் மிகவும் உக்ரமாய் வீசுகிறது. இதனால் எத்தனை மரங்கள் விழப்போகின்றனவோ? எத்தனை கம்பிகள் அறுகப் போகின்றனவோ? இன்னும் எத்தனை ஜீவன்கள் மடிய நேரிடுமோ?

ம்ஹூம், வேண்டாம் விஷப்பரீட்சை கண்டிப்பாய் வேண்டாம். சென்னை மாநகருக்கு உடனடியாக மின் சப்ளையை வலிய நிறுத்தச் செய்வதுதான் சரி.

சற்றுமுன் தலைமைப் பொறியாளரிடம் பேச சந்தர்ப்பம் கிடைத்தபோது அவரும், "புகார்களைப் பார்த்தால் மட்டும் போதாது. கெட்ட பேர் வந்தாலும் பரவாயில்லை - நகர மக்களின் பாதுகாப்பு நமக்கு முக்கியம் - ஆவன செய்யுங்கள்" என்று சொல்லிவிட்டார். இனி தயக்கம் வேண்டாம்.

முதலில் கொரட்டூரையும், பின்னர் பேஸின் பிரிட்ஜையும் அழைத்து உத்தரவைத் தெரிவிக்க வேண்டியதுதான்.

கடவுள் புண்ணியத்தில் டெலிபோன் அதிசயமாய் ஒழுங்காக இருக்கிறது. எந்த நிமிஷம் அதுவும் மக்கர் பண்ணுமோ! யோசித்துக் கொண்டிருந்த அதே விநாடியில் சட்டென்று அந்தகாரம் சூழ்ந்தது.

எமர்ஜென்சி விளக்கொளியில் டெலிபோனை எடுக்க குப்தா கையை நீட்டவும் மணி அடிக்கவும் சரியாக இருந்தது.

எடுத்தார்.

நாயர்தான் பேசினார். விஷயத்தைச் சொல்லி, "கொரட்டூர் நிலையம் தானாகவே நின்றுவிட்டது. எப்போது சரி பண்ணுவோம் என்று திட்டவட்டமாய்க் கூறமுடியாது. எங்களால் முடிந்ததைச் செய்வோம்" என்று சொல்லி, தொடர்பைத் துண்டித்தார்.

மனிதன் செய்யவேண்டியதை தெய்வமாகவே செய்கிறதா?

வியந்து கொண்டே பேசின் பிரிட்ஜை அழைத்து அங்கிருந்த அதிகாரியிடம் 33 கே.வி. ஃபீடர்களை உடனடியாக நிறுத்தி சென்னை மக்களை துண்டிக்கப்பட்ட மின்சாரக் கம்பிகள் தாக்கும் அபாயத்திலிருந்து காக்கச் சொன்னார்.

# 33

## இரவு 10-28

"ஆனாலும் நீங்க ரொம்ப மோசம்."

"என்ன மோசம்?"

"மணி பத்தரை ஆகப்போறது. இப்பவா சாப்பிட்டு எழுந்துப்பா?"

"ஆனா என்ன, லஷ்மி-தினம் ஊரில் இப்படியா இருக்கோம்? இங்கே விடுமுறைக்கு வந்திருக்கறதா நினைச்சுக்கோ..."

"ஆமாம் – பெரிய விடுமுறை! இந்த மழையும் காத்தும் எனக்கு வேண்டி இருக்கலை... ஊருக்குப் போயிட்டாத் தேவலைபோல இருக்கு."

"போயிடலாம். நாளன்னிக்கு வேலை முடிஞ்சிடும், போயிடலாம்."

பேசிக்கொண்டே இருவரும் வரவேற்பறைக்கு வந்தனர்.

இங்கும், அங்குமாய் ஓரிருவரைத் தவிர வேறு யாரும் இல்லை.

ரிஸப்ஷன் கிளார்க் ஏதோ பில்களை எல்லாம் சரிபார்த்துக் கொண்டிருந்தான்.

மானேஜர் அறையில் விளக்கு எரிந்தது.

லிஃப்டிடம் சென்றார்கள்.

பட்டனை அழுத்த, கதவுகள் திறந்து கொண்டன.

ஏனோ இந்தமாதிரி சின்ன அறைகள் என்றாலே லக்ஷ்மிக்குப் பிடிக்காது.

இறங்கும்போது படிகளில் சுலபமாக வந்துவிடலாம்! ஏறும் போது கஷ்டமாயிற்றே!

லிஃப்டில் ஏறும்போதெல்லாம் ரொம்ப சிரமத்துடன் அந்த இரண்டு நிமிஷங்களைத் தாக்குப்பிடிப்பாள்.

உள்ளே போய் ஐந்தாம் மாடி பட்டனை அழுத்தினான் கணேஷ்.

கதவுகள் சாற்றிக்கொண்டன. லிஃப்ட் மேலே ஏறத் தொடங்கியது.

# 34

## இரவு 10-30

**கு**ப்தாவின் விருப்பப்படி பேசின்ந்பிரிட்ஜின் மின்சார சப்ளையை அங்கிருந்த பொறியாளர் அணைத்தார். கொரட்டூர் பாதிப்பினால் முக்கால்வாசி இடங்களில் மட்டுமே வெளிச்சத்துடன் இருந்த சென்னை நகரம் கருமையில் குளிக்கத் தொடங்கியது.

மேலே போய்க்கொண்டிருந்த லிஃப்ட் ஒரு குலுக்கலுடன் நின்றது. தலை மேல் இருந்த விளக்கும் மின் விசிறியும் அணைந்துபோய் கண்களைக் கறுப்புத் துணியால் கட்டிய பிரமை உண்டாயிற்று.

ஒரு விநாடி கணேஷுக்கோ லக்ஷ்மிக்கோ ஒன்றும் புரிய வில்லை. ஆனால் மின்சாரம் நின்றுவிட்டது என்ற உண்மை புரிந்த உடனேயே, சின்ன அறையில் பூட்டியிருப்பது போன்ற மனோ வியாதியை உடைய லக்ஷ்மி அடித் தொண்டையிலிருந்து பயங்கரமாய்க் கத்தவும் நிலை குலைந்து போனான் கணேஷ்.

"லஷ்மி! ஏய் லஷ்மி இங்கே பாரு இங்கே வா..."

ம்ஹூம் லஷ்மி காதில் வாங்கவேயில்லை. இரண்டு கைகளிலும் முகத்தை மூடிக்கொண்டு, விடாமல் கத்தினாள். பின்னர் இரண்டு முட்டிகளாலும் தடதடவென்று ஓங்கி தகரச் சுவரில் குத்தி, "என்னை வெளிலே அழைச்சுண்டு போங்கோ – என்னை வெளியிலே விடுங்கோ லைட்டைப் போடுங்கோ" என்று பைத்தியக்காரி மாதிரி அலறினாள்.

எல்லாம் சில விநாடிகள்தான். தொண்டையில் பந்து போல ஏதோ அடைப்பது போன்ற பயம் உண்டாக, உடம்பு நடுங்க, இருட்டில் மலங்க மலங்க விழித்து, கைகளைத் துழாவி கணவனைப் பிடிக்க முயற்சித்து தவறிய லக்ஷ்மி 'ஐயோ எனக்கு பயமா இருக்கே' என்று உரக்கக் கூவிவிட்டு மயக்கமடைந்து லிஃப்டின் தரையில் மடாலென்று விழுந்தாள்.

"லக்ஷ்மி... லக்ஷ்மி" மனைவி கீழே விழுந்துவிட்டாள் என்பதைப் புரிந்துகொண்ட கணேஷ் மண்டியிட்டு உட்கார்ந்தான்.

இருட்டில் அவள் தலையைத் தேடித் தொட்டான். "லக்ஷ்மி லக்ஷ்மி" அவளை உலுக்கிப் பார்த்தான்.

பிரயோசனமில்லை என உணர்ந்து, லிஃப்டின் கதவுகள் என்று தான் நம்பியதின்மேல் படபடவென்று தட்டி "ப்ளீஸ் ஹெல்ப்... ஹெல்ப்..." என பலக்கக் கத்தினான்.

தூங்க முடியாமல் அவஸ்தைப்பட்ட மஞ்சு, கணவனைத் தட்டி எழுப்பினாள்.

"என்னாச்சு, மஞ்சு?"

கண்களிலும் மூக்கிலும் நீர் வடிய, "தலை வலிக்கிறதுங்க... குளுருது தொண்டைகூட வலிக்குது" பரிதாபமாய்ப் பேசினாள் மஞ்சு.

தொட்டுப் பார்த்தான் ரவி.

ஆமாம் உடம்பு நன்றாய்ச் சுடுகிறதே...

எழுந்து உட்கார்ந்தான்.

மணி என்ன? பத்தரை ஆக ஐந்து நிமிஷங்கள் இருந்தன.

இந்த அகால வேளையில் எங்கே யாரிடம் போய் மருந்து கேட்பது?

ஏதோ நினைத்துக்கொண்டு தன் பெட்டியை எடுத்துத் திறந்து பார்த்தான்.

எப்போதோ இவனுக்கு உடம்பு சரியில்லாதபோது ஆறு வேளை சாப்பிட டாக்டர் மருந்து கொடுத்ததில், ஐந்து வேளை மருந்தைச் சாப்பிட்டு உடம்பு சரியானதும், சாப்பிடாமலேயே வைத்துவிட்ட ஆறாவது வேளை மாத்திரைகள் அவன் நினைத்த படியே ஒருபக்கமாய் கவருக்குள் இருந்தன.

எடுத்தான். ஒரு ஸல்ஃபா, ஒரு டிஸ்ப்ரின். இப்போதைக்கு இது போதும். விடிந்ததும் டாக்டரிடம் போகலாம்.

"இதை முழுங்கு, மஞ்சு... சரியாப் போயிடும்." டம்ளரில் தண்ணீருடன் மாத்திரைகளை மனைவியிடம் நீட்டினான் ரவி.

"என்ன மாத்திரைங்க அது?"

சொன்னான்.

"வேணாங்க, புது மாத்திரைகளைச் சாப்பிட்டா சில சமயம் எனக்கு அலர்ஜி வந்திடும்... வேணாம்."

"முட்டாள்தனமா பேசாதே! டிஸ்ப்ரினும், ஸல்ஃபாவும் ஒண்ணும் பண்ணாது. இது சாதாரணத் தலைவலி மாத்திரை, தொண்டைவலி ஜுரத்துக்கு ஸல்ஃபா நல்லது. இந்தா முழுங்கு..."

எதிர்த்துப் பேச விருப்பமில்லாமல் மாத்திரைகளை வாங்கிக் கொண்ட மஞ்சு முதலில் டிஸ்ப்ரினை விழுங்கினாள். ஸல்ஃபா மாத்திரையின் பேப்பரைப் பிரித்து வாயில் போட்டுக்கொள்ள நினைத்தபோது, மாத்திரை கைதவறிக் கீழே உருண்டது. படுக்கையைவிட்டு இறங்கி அது எங்கே என்று தேடிய விநாடியில் குப்பென்று அடர்ந்த இருள் அவர்களைச் சூழ்ந்துகொண்டது.

கீழே தன்னறையில் அமர்ந்து அன்றைய கணக்கு வழக்குகளைச் சரிபார்த்துக்கொண்டிருந்த சம்பத் சொல்லாமல் கொள்ளாமல் மின்சாரம் நின்றதும் தலையைத் தூக்கினான்.

ஓ! கரண்ட் போய்விட்டதா? ம்... காலையிலிருந்தே எதிர் பார்த்ததுதானே? ஹோட்டலில் மட்டும்தான் போயிருக்கிறதா இல்லை பக்கத்துக் கட்டடங்கள், தெரு விளக்குகளும் அணைந்து விட்டனவா?

எழுந்து ஜன்னலைத் திறந்து எட்டிப்பார்த்தான் சம்பத். இருள், கனமான இருள். ஒன்றும் தெரியவில்லை.

ஏதாவது கம்பி அறுந்துவிட்டதா? மரம் பெயர்ந்து விழுந்து கம்பங்களைச் சாய்த்துவிட்டதா?

என்னவானாலும் இப்போதைக்கு ஒன்றும் செய்ய முடியாது. நல்ல வேளையாய் ஹோட்டல் வாடிக்கைக்காரர்களில் முக்கால் வாசிப் பேர் அவரவர் அறைகளில்தான் இருக்கிறார்கள்.

திடும்மென்று மின்சாரம் நின்றுவிட்டதே டார்ச் இல்லாதவர்கள் என்ன பண்ணுவார்கள்?

எப்போது வேணுமானாலும் சப்ளை நின்றுவிடலாம் என்று எண்ணி அதிக மெழுகுவர்த்திகளை வாங்கி வைத்தவன், மாலையிலேயே அறைக்கு ஒரு வத்தியாவது அனுப்ப வேண்டும் என்று நினைத்ததைச் செயலாற்ற மறந்துபோய்விட்டானே!

ரிஸப்ஷனில் பாட்டரியில் எரியும் எமர்ஜென்ஸி விளக்கு எரிந்ததால் மங்கலாய் வெளிச்சம் சம்பத் அறையிலும் படர்ந்திருந்தது.

பிற்பகல் வாங்கிவந்த மெழுகுவர்த்திகள் ஸ்டோருக்கு அனுப்பப்படாமல் அவன் அறையிலேயே இருந்தவற்றில் இரண்டு பாக்கெட்டுகளைக் கையில் எடுத்துக்கொண்டு அறையைவிட்டு வெளியே வந்தான்.

இதற்குள் வாசலில் நிற்கும் அறைப் பையனும், இன்னும் ஒரு சிலரும் ரிஸப்ஷன் மேஜைக்கருகில் கூடியிருந்தனர்.

மின்சாரம் துண்டிக்கப்படும் சமயங்களில் தானாக இயங்கும் பாட்டரி விளக்குகள் ரிஸப்ஷன், வரவேற்புக் கூடம் சாப்பாட்டுக் கூடங்கள், சமையற்கட்டு இவற்றில் உண்டு. அதனால் இங்கும் அங்குமாய் சின்ன வெளிச்சம்.

"யாருப்பா அங்கே? மணியா?"

"ஆமா சார்" காக்கிச்சட்டை அணிந்த பையன் ஒருவன் முன்னால் வந்தான்.

"இன்னும் யாரு உன்கூட இருக்கறது?"

"கந்தசாமி இருக்கேன், சார்..."

"நீங்க ரெண்டு பேரும் இங்கே வாங்க... இந்த மெழுகுவர்த்திகளை எந்தெந்த அறையில் வாடிக்கைக்காரங்க முழிச்சிட்டு இருக்காங்களோ, அவங்களுக்கு ஏத்திக் கொடுத்திட்டு வாங்க இன்னும் வேணும்னாலும் என் அறையிலே இருக்கு – இந்தா டார்ச் பிடி...ம் ஓடுங்க. தீப்பெட்டியும் கூடவே இருக்கு..."

மணியும், கந்தசாமியும் மாடிப்படி ஏறினார்கள்.

இடி இடிக்கிற மாதிரி சப்தம் மழை, காற்றோடு கேட்டது. "மழை கொட்டுது இடிவேறு இடிக்குது. எங்கே விழுந்து மின்சாரம் நின்னுடுச்சோ!"

ரிஸப்ஷன் கிளார்க் பேசினான்.

அவனுக்குப் பதில் சொல்ல சம்பத் வாயைத் திறப்பதற்குள் "சார்... மானேஜர் சார்" என்று மணி மாடியிலிருந்து கத்துவது கேட்டது.

"என்னடா? ஏன் கத்தறே?"

விழுந்துவிட்டானா? மழைச்சாரல் மாடிப்படிகளில் வழிந் திருப்பதில் வழுக்கி விழுந்துவிட்டானா?

சம்பத் சடாரென்று மாடிப்படிகளின் தொடக்கத்தில் சென்று நின்று மேலே பார்த்தான்.

"லிஃப்டிலே யாரோ மாட்டிக்கிட்டு இருக்காங்க, சார் சப்தம் கேக்குது."

மணிக்கு மூச்சிரைத்தது.

கடவுளே...

"எந்த மாடிடா?"

"தெரிலீங்க சப்தம் கேட்டுது."

"செல்லப்பன் உள்ளே இருக்கான், இல்லே? யாரு லிஃப்டிலே போனது?"

"நா போகலை, சார் தண்ணி குடிக்க உள்ளே போயிருந்தேன். லிஃப்ட் ஆட்டோமாடிக்குலே இருக்குது." லிஃப்ட் ஆபரேட்டர் செல்லப்பன் பதில் சொன்னான்.

"அடப்பாவி! விவரம் புரியாதவங்க யாரோ மாட்டிக்கிட்டாங்களா? யாரு?"

"507 ஆம் நம்பர் ரூம்காரங்க மாதிரி தோணிச்சு, சார் – நா சரியா பாக்கலை." ரிசப்ஷன் கிளார்க் தயக்கத்துடன் கூறினான்.

கடவுளே! கணேஷும் அவர் மனைவியுமா? க்ளஸ்ட்ரோ ஃபோபியா வியாதி இருக்கும் அந்தம்மாவா?

"டேய் மணி, கந்தசாமி, செல்லப்பா... இன்னும் யாரு இங்கே இருக்கீங்க... ஓடுங்க... மேல் மாடிக்கு ஓடுங்க. பேலன்ஸிங் வீலைக் கையால சுத்தி, லிஃப்ட்டைக் கொஞ்சம் இறக்கறதைத் தவிர வேறு வழியில்லை. ஓடுங்கடா. லிஃப்டுக்குள்ளாற ஒரு சீக்காளி அம்மா மாட்டிக்கிட்டாங்க... ஓடுங்க."

கத்திக்கொண்டே மாடிப்படிகளை நாலு நாலு படிகளாய்த் தாண்டத் தொடங்கினான் சம்பத். அவன் பின்னால் நாலைந்து ஆட்கள்.

எந்த மாடியில் லிஃப்ட் நிற்கிறது? முதலில் அதைக் கண்டு பிடிக்க வேண்டும்.

ஒன்றாவதில் இல்லை. இரண்டாவது இல்லை. மூன்றாவதைக் கடந்ததும் படபடவென்று லிஃப்டின் இரும்புக் கதவுகளை யாரோ தட்டுவது கேட்டது.

இடி என்று நினைத்தார்களே... இடி இல்லையா? யாரோ தட்டும் ஓசையா?

நாலாவது மாடிப்படிகளில் ஏறும்போது "ஹெல்ப் ஹெல்ப்" என்று ஒரு குரல் கத்துவது தீனமாய்க் கேட்டது.

இதற்குள் மூன்றாவது, நாலாவது மாடிகளில் இருந்த சில அறைகளின் கதவுகள் திறக்கப்பட்டு "பாய். ரூம் பாய்... என்னப்பா கரெண்ட் இல்லியா? என்ன சப்தம் அது? யார் அப்படி ஓடறது... பாய்... யாரது?" என்று சில குரல்கள் அதட்டின.

நாலாவது மாடி லிஃப்ட் கதவிடம் சென்று நின்றான் சம்பத். நாலாவதுக்கும் ஐந்தாவதுக்கும் இடையில் நிற்கிறது லிஃப்ட் என்பது அவனுடைய ஊகம். சில நொடிகள் கழித்து பாழும் மின்சாரம் நிற்கக் கூடாது – கணேஷ் தம்பதி இறங்கி இருப்பார்களே!

"சார்... சார்... உள்ளே யாரு! கணேஷ் சார்?"

வெளிக்கதவில் 'டொம் டொம்' எனத் தட்டி பலக்கக் கத்தினான் சம்பத்.

"ஹெல்ப்... ப்ளீஸ் ஹெல்ப்..."

உள்ளே மாட்டிக்கொண்ட ஆள் யாராயிருந்தாலும்... பயந்திருக்கிறார்.

கண்களைப் பிரித்துப் பார்க்க முடியாத இருட்டு. முதலாளியிடம் மாடிக்கு ஒரு எமர்ஜென்ஸி பேட்டரி விளக்கு வைக்க வேண்டும் என்று எத்தனை முறை முட்டிக்கொண்டால் என்ன? காதில் போட்டுக்கொண்டால்தானே? சீறிக்கொண்டு எழும் கோபத்தை அடக்கியவாறு

மெழுகுவர்த்தி பொட்டலத்தைப் பிரித்து இரண்டு வர்த்திகளை ஏற்றினான் சம்பத்.

மணி, மற்றவர்களைப் பார்த்து, "இன்னும் ஏண்டா நிக்கறீங்க? மேலே ஓடுங்க, டார்ச்சை நீங்க வெச்சுக்குங்க. யாராவது ஒருத்தன் மட்டும் என்கூட இருக்கட்டும். நாலு அடி சுத்துங்க போதும் அப்பறம் நா மேனேஜ் பண்ணிக்கறேன் ஓடுங்க... சீக்கிரம்..."

செல்லப்பன் இவனோடு நிற்க, மற்றவர்கள் மொட்டை மாடிக்குப் போகப் படிகளில் ஓடினார்கள்.

பதிமூன்றாவது மாடிக்குப்போய் மொட்டைமாடியில் இருந்த இரும்பு ஏணிகளில் ஏறி லிஃப்ட் ரூமை அடைந்து, கனமான இரும்புக் கயிறு இருக்கும் உருளையை பேலன்ஸிங் வீலை மெல்லக் கைகளால் உருட்டி, லிஃப்டை நாலு அடிகளாவது இறக்கினால்தானே கதவை நெம்பித் திறந்து, உள்ளிருக்கும் ஆட்களை இறக்க உதவியாள் லிஃப்டில் ஏற முடியும்?

அதற்குள் மிஸஸ் கணேஷுக்கு ஒன்றும் ஆகாமல் இருக்க வேண்டுமே?

சம்பத்துக்கு திகில் கண்டது.

"என்ன மஞ்சு இவ்வளவு அலட்சியம்! இப்போ மாத்திரையை எங்கேனு தேடறது?" ரவிக்கு சலிப்பு உண்டானது.

"ஸ்ச்சூ... ஸ்ச்சூ..." என இரண்டு தடவைகள் தும்மிவிட்டு கணவனிடம் ஏதாவது சொல்லி சமாதானப்படுத்த மஞ்சு வாயைத் திறந்தபோது அந்த சப்தம் அவளுக்குத் தெளிவாகக் கேட்டது

"என்னங்க அது...?"

ரவியும் கேட்டான்.

"ஹெல்ப்... ப்ளீஸ் ஹெல்ப்..." குரலை அடுத்து தடதடவென்று தட்டும் ஓசை.

ரவி கதவிடம் சென்று ஒரு கணம் நிதானித்தான். பின், அறைக் கதவைத் திறந்து வெளியே எட்டிப்பார்த்தான்.

ஒன்றுமே புரியாத இருட்டு...

என்னாயிற்று!

கீழ்மாடியில் என்னென்னவோ சப்தங்கள்.

சில நிமிஷங்களில் லிஃப்டில் ஆட்கள் மாட்டிக்கொண்டு இருக்கிறார்கள் மானேஜர் உதவிக்கு வந்திருக்கிறார் என்பது புரிய "நா கீழே போறேன், மஞ்சு... அவங்களுக்கு ஏதாவது உதவி பண்ணப் பாக்கறேன்" என்றான் ரவி.

"நானும் வரேன்" என்று தன் உடம்பை மறந்து மஞ்சு சொல்லவும் அறைக்கதவை இழுத்து சாற்றின பிறகு இருவரும் மாடிப் படிகளில் இறங்கினார்கள்.

# 35

## இரவு 10-45

டாக்டர் ஜான்ஸன் வந்துவிட்டார்.

ராஜனின் நிலைமையில் முன்னேற்றம் இல்லை. அப்படியேதான் இருந்தார். வலி அதிகமாக இருந்தது. ஜைலகையின் இன்ஜெக்ஷன் கொடுக்க எண்ணி மருந்தை ஊசியில் ஏற்றிய போதுதான் பத்து நிமிஷங்களுக்கு முன் மின்சாரம் நின்றுபோய் அவசர பாட்டரி விளக்கு எரிந்தது.

"கிரி – அந்தோனியை ஜெனரேட்டரைப் போடச் சொல்லுங்கள், சீக்கிரம்! ரோஸி – நீ இங்கே வா இந்த ஊசியைக் கொடு – நா நாடி பாக்கறேன் சீக்கிரம் ஆகட்டும்..."

வாசல் கதவிடம் நின்றிருந்த அந்தோனி, யாரும் சொல்லாமல் தானே ஜெனரேட்டர் அறைக்கு ஓடி பெரிய ஜெனரேட்டரை அவசர அவசரமாய் இயக்கினான்.

சரியாக மூன்று நிமிஷங்களில் மருத்துவமனையில் விளக்குகள் ஒரு தரம் கண்களைச் சிமிட்டிவிட்டு ஜெனரேட்டர் தந்த மின்சாரத்தில் எரியத் தொடங்கின.

சாதுவாய் உட்கார்ந்த மானிட்டரின் பச்சைப் பந்து க்விங்க் க்விங்க் என்ற சப்தத்தோடு ஓடத் தொடங்கியது.

ராஜனின் நிலை ஜான்சனுக்குத் திருப்தியாய் இல்லை. தீவிரமான மாரடைப்புதான்... நிச்சயமாய்.

டாக்டர் கிரியிடமும், ஸ்பெஷல் நர்ஸிடமும் கவனிக்க வேண்டியவற்றைச் சொல்லிவிட்டு அறைக்கு வெளியே வந்தார். சகுந்தலா அறைக்குள்ளேயே இருக்க சுகுமாரும் ஹேமாவும் டாக்டரின் பின்னால் சென்றனர். சற்றுத் தள்ளிச் சென்றதும் ஜான்சன் பேசினார்.

"ஐ ஆம் ஸாரி - மோசமான மாரடைப்பு... மோசமாய்த்தான் இருக்கிறார். நாற்பத்தி எட்டு மணி நேரம் நல்லவிதமாய் போக வேண்டும். கடவுளிடம் நம்பிக்கை இருந்தால் பிரார்த்தனை பண்ணுங்கள். எங்களால் முடிந்த அளவு வைத்தியம் செய்திருக்கிறோம். கடவுள் இருக்கிறார்... நல்லதே நடக்குமென்று நம்புவோம்."

ஜான்ஸன் மீண்டும் திரும்பி நடந்து ராஜனின் அறைக்குள் புகுந்துகொண்டார்.

"என்ன டாக்டர் இது, ஏழு மணிவரைக்கும் சாதாரணமாய் இருந்தவருக்கு திடீர்னு இப்படி வந்திடுச்சே! அம்மாகிட்டே என்னான்னு சொல்லுவோம்? அவங்களால தாங்கிக்க முடியாது, டாக்டர். பயம் இல்லையே? சொல்லுங்க டாக்டர்... நீங்க சொல்லுங்க?"

சற்றும் எதிர்பாராத விதத்தில் அப்பாவை இப்படிப் பெரிசாய் இருதயநோய் தாக்கியதில் அதிர்ந்துபோய் பேசின சுகுமாரை அணைத்துக்கொண்டு மெல்லத் தட்டி ஆஸ்வாசப்படுத்தினார் டாக்டர் அச்சுதன்.

✳ ✳ ✳

# 36

## இரவு 10-50

**பொ**சுக்கென்று விளக்குகள் அணைந்து போனதும் கூடத்தில் சீட்டு விளையாடிக்கொண்டிருந்த ஆண்களில் பலர் 'அடே லைட் போயிடுத்தே' என்று அங்கலாய்த்தார்கள். பின், வாசற் பக்கம் குரல் எழுப்பி 'டேய், யார்ரா அங்கே? வாசல்லே இருக்கற காஸ் லைட்டுலே ஒண்ணை இங்கே எடுத்துண்டு வாடா' என்று கூவினார்கள்.

அப்போதுதான் சாப்பிட்டுவிட்டுப் புகையிலையுடன் வெற்றிலை குதப்பிக்கொண்டு வாசல் திண்ணையில் சாரல் அடிக்காத இடமாக சாய்ந்துகொண்ட சத்திரத்துக் காவலாளி 'இன்னாடா பேஜாரு! ஒக்கார வுடமாட்டேங்கறாங்க' என்று முணு முணுத்துக்கொண்டே எழுந்தான்.

அவசரத் தேவைக்கு இருக்கட்டும் என ஏற்றிவைத்திருந்த பெட்ரோமாக்ஸ் விளக்குகள் இரண்டில் ஒன்று அணைந்து, மற்றது மங்கலாய் எரிந்துகொண்டிருந்தது.

"காத்து அடிச்சிகிட்டு எடுத்தாரேன், சாமி. செத்த பொறுங்க." பதிலுக்குக் கத்திவிட்டு அவன் அணைந்ததை ஏற்றுவதில் முனைந்தான்.

நித்யாவுக்கு மனசில் நிம்மதி இல்லை. எழுந்து உட்கார்ந்தாள். பெட்ரோமாக்ஸ் விளக்கு உள்ளே வருவதற்குள் ஓடிவிட்டால் என்ன? இந்த இருட்டை சாதகமாக்கிக்கொள்ளத் தவறுவது அசட்டுத்தனம் இல்லையா? சித்தி நன்றாய்த் தூங்குகிறாள் போலிருக்கிறது. பேச்சு மூச்சைக் காணோம்.

'கரெண்ட் போயிடுத்து போலிருக்கே' என்று முணுமுணுத்த குரல் வேறு யாருடையதோ, கண்டிப்பாய் சித்தியினுடையது இல்லை.

நித்யா மெல்ல எழுந்து சப்தம் செய்யாமல் நடந்து அறையின் வாசலை அடைந்தாள்.

"யாரது? மேலே விழுந்துண்டு இந்த இருட்டிலே போறது?"

சித்தியா? இல்லை – இல்லை அத்தை. மெதுவாய் பதில் சொன்னாள் நித்யா

"எங்கேயும் இல்லை, அத்தை, சும்மா இந்த வாசற்படிகிட்டே படுத்துக்கலாம்னு... அங்கே காத்து வரலை."

அத்தை மேற்கொண்டு ஏதும் கேட்காதலால் அறையின் வெளியில் வந்தாள் நித்யா.

இதயத்தின் துடிப்பு காதில் கேட்டது.

புடவைக் கொசுவத்தைத் தூக்கிப் பிடித்திருந்த கைகளில் கசகசவென்று வியர்வை.

கூடத்தில் ஆண்கள் நடமாடுவது நிழற்படமாய்த் தெரிந்தது.

"இன்னும் எத்தனை நாழிடா? பத்து நிமிஷமா ஒரு விளக்கை ஏத்திக் கொண்டுவரத்துக்கு?" ரங்காவின் குரல் மாதிரி இருந்தது...

நாளைக்கு சின்னப் பெண்ணைக் கல்யாணம் பண்ணிக் கொள்ளப்போகும் குஷி அவன் குரலில் தெரிகிறதா?

"இருட்டிலே இருக்கப் பழகிக்கோடா, ரங்கா... நாளைலேந்து உபயோகமாய் இருக்கும்!"

"அவனுக்கு எதுக்கு பழக்கமெல்லாம்? ஏற்கனவே நிறைய அனுபவப்பட்டவன்தானே?"

யார்யாரோ ரங்காவை கேலி செய்ய அட்டாசமான சிரிப்பு கூடத்தை நிறைத்தது.

கேட்க சகிக்கவில்லை நித்யாவுக்கு.

இந்த அசிங்கம் பிடித்த மனிதர்களைவிட்டுக் கண்காணாத தூரத்துக்கு ஓட வேண்டும் என்ற ஆத்திரம் எழ மளமளவென்று பின்கட்டை நோக்கிப் போனாள்.

இருட்டு அவளுக்கு உதவி புரிந்தது.

சமையற்கட்டில் சமையக்காரன் ஒருவன் காய்கறி நறுக்கிக் கொண்டிருந்ததை அப்படியே வைத்துவிட்டு உட்கார்ந்திருப்பது, பட்சணங்கள் தயாராகும் அடுப்பு வெளிச்சத்தில் தெளிவானது.

அடுப்படியில் ஒருத்தன்.

கிணற்றடியில் பத்துத் தேய்த்த பெண்மணி ஒருத்தி.

"ஆரும்மா அது? இருட்டிலே இங்கே வர்றது?"

"கக்கூசுக்குப் போகணும்" குரலை அடக்கிக்கொண்டு பேசினாள் நித்யா.

"கக்கூசுக்குப் போக நல்ல நேரம் பாத்தே! மழை கொட்டுது... எங்கே போவே?"

கிணற்றடிக்கு அப்புறம் திறந்த வெளியில்தான் கழிவறைகள் இருந்தன.

நித்யா பதில் பேசாமல் பின்பக்கம் சென்றாள்.

"அட, நா சொல்லிகிட்டே இருக்கேன் நீ பாட்டுக்குப் போறீயே! ஆரும்மா அது? இருட்டிலே கண்ணும் தெரியல, ஒண்ணும் தெரியலை – செத்த இரேன். காஸ் லைட்டு வந்துடும். அப்பறம் போலாம் தே"

அவள் கத்தக்கத்த நித்யா தன்பாட்டுக்குப் போகவே, "எனக்கு இன்னா? நீ போய் இருட்டுலே வழுக்கி விழு – சொன்னா கேக்காட்டா போயேன்" என்று சொல்லிவிட்டு வேலையில் ஆழ்ந்தாள்.

கழிவறைகளை அடுத்து புதர்கள் மண்டியிருந்தன. கணுக் காலைத் தாண்டி ஜலம் தேங்கியிருந்தது.

பாம்பு, கீம்பு இருக்குமோ?

நித்யா நிதானித்தாள். பின், தைரியத்தை வரவழைத்துக் கொண்டு இரண்டே தாவலில் புதர்களை மிதித்து குட்டைச் சுவரில் காலை ஊன்றி ஏறினாள். பொத்தென்று அந்தப் பக்கம் குதித்த இடத்தில் குட்டையாய் தண்ணீர்.

மெல்ல பின்னால் திரும்பிப் பார்த்தாள். யாரும் அவளைத் தொடரவில்லை என்பது புரிந்தது.

ஓடு ஓடு நிற்காதே, ஓடு ஒவ்வொரு நிமிஷமும் உனக்கு பொன்னான காலம் மனசு விரட்டவே, ஓட்டமாய் வலது பக்கச் சந்தில் நுழைந்து ஓடினாள்.

இருட்டு, மழை, காற்று

சந்தின் மூலை வந்ததும் மூச்சிரைக்க நின்றாள்.

ஜனா எங்கே?

இருட்டில் ஒன்றுமே தெரியவில்லை.

ஜனாவைக் காணோமே!

ஜனா வரலையா? காத்துப் பார்த்துவிட்டுப் போய்விட்டாரா?

இது நாழிகை தைரியமாய் இருந்தவளுக்கு அடிவயிற்றை பயம் கடித்தது.

"ஜனா... ஜனா... நீங்க எங்கே இருக்கேள்?" சந்து, தெருவோடு இணையும் இடத்தில் நின்றுகொண்டு வாய்விட்டு அழுகை கலந்த குரலில் அழைத்தாள் நித்யா.

∗∗∗

# 37

## இரவு 10-52

**எ**த்தனையோ அரக்கப்பரக்க வேலை செய்தாலும் நிமிஷம் யுகமாகக் கழிவது மாதிரியே சம்பத்துக்குத் தோன்றியது.

மொட்டை மாடிக்கு ஆட்கள் ஓடினதும், விடாமல் லிஃப்டுக் கதவைத் தட்டி "ஹெல்ப்... ஹெல்ப்..." என்று கத்திய கணேஷுக்கு சம்பத் முதலில் சமாதானம் சொல்ல முயற்சித்தான்.

சம்பத் சில அடிகள் குனிந்து நின்று நாலாவது மாடி லிஃப்டுக் கதவைத் தட்டுவதும், பயப்படாதீர்கள், நாங்கள் லிஃப்டைக் கீழே இறக்கி உங்களை வெளியே அழைத்து விடுவோம் என்று சொல்லுவதும் காதில் விழுந்து, கணேஷ் அவற்றைப் புரிந்துகொள்ளவே சில நிமிஷங்கள் ஆயின

மனைவி மயங்கி விழுந்த அதிர்ச்சியிலே நிதானத்தை இழந்திருந்தவன், தான் கதவைத் தட்டாத சமயத்தில், இன்னொரு இடத்திலிருந்து விடாமல் தட்டும் ஓசை கேட்டுக் கொஞ்சம் நிறுத்தினான்.

"சார், பயப்படாதிங்க – கொஞ்ச நேரத்துல வெளிய வந்துடலாம்..."

எங்கோ கிணற்றிலிருந்து கேட்பது போன்ற குரல் யாருடையது? மானேஜர் குரலா?

அம்மாடி! உதவி வந்துவிட்டது!

"லக்ஷ்மி, லக்ஷ்மி இங்கே பாரு கதவைத் திறக்க ஆள் வந்தாச்சு" குனிந்து கருமையில் மனைவியைத் தேடி உலுக்கினான்.

ம்ஹூம் - பலனில்லை.

"யாரது மானேஜர்? மிஸ்டர் சம்பத்தா?"

கணேஷின் கேள்விக்கு சம்பத்தின் பதில் உடனே கிடைத்தது.

"சம்பத்... இங்கே என் மனைவி மயக்கம் போட்டு விழுந்துட்டா - காப்பாத்துங்க ப்ளீஸ்..."

நாலாவது மாடியில் இரண்டு கதவுகள் இவர்களைத் தடுக்க நின்றிருந்த சம்பத்துக்கு விஷயம் புரியவில்லை.

மீண்டும், மீண்டும் "என்ன, என்ன?" என்று கேட்டபின்பே மிஸஸ் கணேஷ் மயக்கமாய்க் கிடப்பதைப் புரிந்துகொண்டான்.

"கவலைப்படாதீங்க. இன்னும் அஞ்சு நிமிஷம். மேலே ஆட்கள் போயிருக்காங்க பாலன்ஸ் வீலைக் கையால் மெல்ல சுத்தினால் லிஃப்டு கீழே இறங்கும். நாலாவது மாடிக்கு அருகில் வந்ததும் நாங்க சொன்னபடி செய்யுங்க... கதவைத் திறக்கலாம்... என்ன?"

சம்பத் அடிவயிற்றிலிருந்து கத்தினான். ஒவ்வொரு வார்த்தையாய் சொல்லி, உள்ளே இருந்த கணேஷ் புரிந்து கொள்ளச் செய்தான்.

இதற்குள் ரவியும் மஞ்சுவும், நாலாவது ஐந்தாவது மாடிகளிலிருந்து மற்ற அறை ஆட்களும் வந்துவிட்டனர்.

அருகிலிருந்த செல்லப்பனை அழைத்தான் சம்பத்.

"செல்லப்பா, கீழே ஓடி ரிஸப்ஷன் கிளார்க்குகிட்டே எத்தனை டாக்டர்கள் ஹோட்டல்லே அறை எடுத்திருக்காங்கனு ரிஜிஸ்டர்லே பார்க்கச் சொல்லு. வேற ஆளை அந்த அறைகளுக்கு அனுப்பி ஒரு டாக்டர்கிட்டயாவது விஷயத்தை விளக்கி இங்கே கூட்டிவரச் சொல்லு... ஓடு... ம்..."

செல்லப்பன் தாவி மறைந்தான்.

லிஃப்டு அசையத் தொடங்கும் சப்தம் கேட்டதும் தன் கவனத்தை அதில் திருப்பினான் சம்பத்.

***

## 10-55

'அண்ணே, கன்னியப்பண்ணே' என்று கிட்டத்தில் யாரோ கூப்பிடுவதை உணர்ந்து கன்னியப்பன் திடுமென விழித்துக் கொண்டான்.

கண்ணை விழித்தவனுக்கு ஒரு நிமிஷம் ஒன்றும் புரியவில்லை. எங்கிருக்கிறோம்? ஏனிந்த இருட்டு?

திரைப்படப் பாடல்கள் காதில் விழ அந்தப் பக்கம் தலையைத் திருப்பினான். இருட்டில் பீடியின் நெருப்பு மட்டும்தான் தெரிந்தது.

"ஆருப்பா அது? கும்னு இருட்டா இருக்குதே? ஏன் வெளக்கை அணைச்சிட்டாங்க?"

பக்கத்தில் தூக்கம் வராமல் டிரான்ஸிஸ்டர் கேட்ட வண்ணம் பீடி பிடித்துக்கொண்டிருந்த பக்கிரி சொன்னான்

"ஆரும் அணைக்கலை – கரண்டு போயிடுச்சு! அரை மணியா இல்ல எந்திருண்ணே!"

காதில் செருகி வைத்திருந்த பீடியை எடுத்து பக்கிரியின் பீடியிலிருந்து பற்றவைத்துக்கொண்டான்.

தூக்கம் ஓடிவிட்டது.

"மணி என்னப்பா? என்னாத்துக்கு எழுப்பினே?"

"இத்தக்கேளு செத்த மின்னாடி ரேடியோலே ஒரு அறிவிப்பு சொன்னாங்க... ஆங்... திரும்ப சொல்லப்போறாங்க... கேளு..."

ஒலிபரப்பான திரைப்படப் பாட்டு முடிந்தது. அடுத்த பாட்டு துவங்குமுன் அறிவிப்பாளர் பேசினார்.

அது அகில இந்திய வானொலியின் திருச்சி நிலையம். சென்னையில் மின்சார சப்ளை இல்லையென்றும், பொது மக்கள் பொறுமையாய் இருக்க வேண்டும் என்றும், மின்சார இலாகாவினர்

வேண்டிய நடவடிக்கைகளை மேற்கொண்டிருக்கிறார்கள் என்றும் அறிவிப்பு சொன்னதும்,

அட! மெட்ராஸ் பூரா கரண்ட் கிடையாதா? இது என்ன ஆச்சரியம்? ஒரு எடத்லே போனா ஒரு எடத்லே இருக்கும் எப்படி முச்சூடும் ஒரே சமயத்துலே நின்னுப் போச்சு? கன்னியப்பனுக்கு வியப்பாக இருந்தது.

மின்சாரம் இல்லாமல் இருக்கப் பழகினவர்களை, தன்னைப் போன்றவர்களைப் பற்றிக் கவலையில்லை. ஆனால் ஏ.சி., மின் விசிறி அது, இது என்று எதற்கும் மின்சாரத்தை உபயோகப் படுத்திப் பழகிவிட்டிருந்த பணக்காரச் சீமான்கள் தவித்துப் போவார்கள் அல்லவா?

திடீரென்று சேட்டின் நினைப்பு எழுந்தது.

ஒரு வருஷமா? இரண்டு வருஷமா? பத்து வருஷங்கள் நாய் மாதிரி நன்றியுடன் உழைத்த அவனை நிமிஷத்தில் எடுத்தெறிந்து விட்டாரல்லவா? நினைக்கக் கூடாது என்று எத்தனை கட்டுப்படுத்தியும் தான் சேட்டிடம் உண்மையாய் உழைத்ததையும் அவர் அதை லவலேசம்கூட மனசில் நினைத்துப் பார்க்காததும் இப்போது அவனுக்குள் கூத்தாடியது.

சேட்டுக்குச் சொந்தமான கட்டடத்தில் கீழே அடுகுகடை, நகைக்கடை, மாடியில் ஜாகை.

பத்து வருஷமாய் இவன்தான் அந்தக் கட்டடத்திற்கு இரவுக் காவல்காரன். இரவு எட்டு மணிக்குப் போனால் விடிய விடிய ஆறு வரைக்கும் இமையோடு இமை மூடாமல் இருப்பான்.

இரண்டு மாசங்களுக்கு முன் ஒருமுறை அன்று உடம்புக்கு முடியாமல் இருந்ததால் கடை வாசலுக்கு வழக்கம்போல வந்தான். நள்ளிரவைத் தாண்டியதும் உட்கார முடியாமல் படிகளில் படுத்து உறங்கிவிட்டான். அவனுடைய கெட்ட காலம், சேட்டின் பிள்ளை இரவுக் காட்சிப் படம் பார்த்துவிட்டு வீடு திரும்பியவன் தூங்கும்

இவனைப் பார்த்திருக்கிறான். மாடிக்குப்போய் தந்தையை எழுப்பி வந்து காட்டவும் செய்திருக்கிறான்.

மறுநாள் லபோ, திபோ என்று சேட் கத்தினார். நாக்கில் நரம்பில்லாமல் திட்டினார். ஏதடா பத்து வருஷமாய் ஒழுங்காய் இருப்பவன், இந்த ஒரு நாள்தானே தவறு செய்திருக்கிறான் என்று யோசிக்கவில்லை.

நவ நாகரிகப் பழக்கங்களில் ஆசை உடைய பிள்ளை, "கடையில் மின்சார மணி வைத்துவிடலாம் இரவு கடையைப் பூட்டும்போது மின் கருவிகளை ஆன் செய்துவிட்டுப் பூட்டினால், ஈ எறும்பு உள்ளே நுழைந்தால்கூட அலாரம் பெரிசாய் மாடியில் சப்தம் செய்யும். நாம் உடனே வந்துவிடலாம்" என்று தூபம் போட்டதற்குக் கைமேல் பலன் இருந்தது.

அந்த மாசக் கடைசிக்குள் மின்சாரப் பாதுகாப்பை கடைக்குப் பொருத்திய சேட், தயவு தாட்சண்யம் இல்லாமல் கன்னியப்பனை வேலையைவிட்டு விலக்கினார்.

பத்து வருஷம் அவர் வீட்டு உப்பைத் தின்றிருக்கிறோம் என்ற காரணத்தால் பொங்கிய ஆத்திரத்தை கன்னியப்பன் அடக்கிக் கொண்டு வெளியேறினான்.

இப்போது யோசிக்கையில், இருபது நாளாய் பிள்ளைகளும் மனைவியும் பட்டினி கிடப்பதும், அல்லல் படுவதும் அந்த சேட்டால்தானே என்ற கோபம் எழுந்தது. நன்றாய்த் திண்டாடட்டும், மின்சாரம் இல்லாமல் தவிக்கட்டும் என்ற திருப்தியும் உண்டானது.

ஆமாம், எதற்காக இந்த அறிவிப்பை என்னை பக்கிரி கேட்கச் சொல்லுகிறான்?

"நல்ல அருமையான இருட்டு என் கூட்டாளிங்களுக்கெல்லாம் இன்னிக்கு வேட்டைதான்" – பக்கிரியின் முணுமுணுப்பைக் கேட்டு கன்னியப்பன் முன்னால் சாய்ந்தான்.

"ஏன் நீயும் போறதுதானே?"

"போவேன் ஆனா நாலு நாளா காய்ச்சல் உடம்பை அசத்துது அவுங்களை இந்த மழையிலே எங்கேனு தேடிக் கண்டு பிடிக்கறது? என்னை விடு உன்னை எடுத்துக்கோ. அந்த சேட்டை பழிக்குப்பழி வாங்க உனக்கு சரியான நேரம் வந்திருக்குது புரிஞ்சிகிட்டா நீ ஒரு ஆம்பிளை என்ன நா சொல்றது?"

என்ன சொல்கிறான் இவன்? கன்னியப்பனுக்குப் புரியவில்லை.

"உன் சேட்டுக் கடையிலே இப்போ கரெண்டு இல்லே, யாரு வேணா உள்ளார பூந்து, எத்தெ வேணா எடுத்துக்கலாம் புரியுதா?"

புரிந்தது – மின்சார சப்ளை இல்லாததால் கடை பாதுகாப்பு இல்லாமல் அனாதையாய் இருக்கும்.

"லட்டுக்கணக்கா உனக்கு வேளை வந்திருக்குது பணத்துக்குப் பணம், பழிக்குப்பழி – இந்த சமயத்தை நீ உபயோகப்படுத்திக்கலைனா அப்பறம் நீ ஆம்புளை இல்லை அதான் நா சொல்வேன்!"

முதல் முறையாகக் கன்னியப்பன் பேசினான்.

"இது தப்புப்பா அதுக்கெல்லாம் நா தயாரில்லே"

"ஆங்... பெரிய தப்பு... அவன் செஞ்சது மட்டும் ரைட்டோ? பேசாதெய்யா... எனக்குப் பத்திட்டு வருது... அங்கே பாரு உம் பொஞ்சாதி கொயந்தங்களே பிச்சைக்கார வூட்டு ஜனங்க கணக்கா இருக்குது... பெரிசா நியாயத்தைப் பத்திப் பேசறாரு"

"இப்ப என்னா பண்ணனுங்கற?"

குரலைத் தாழ்த்திக்கொண்டான் பக்கிரி. டிரான்ஸிஸ்டரின் சப்தத்தில் தங்கள் பேச்சு, வெளியில் கேட்காது என்று அவனுக்குத் தெரியும்.

"அப்படிக் கேளு! ரெண்டு பேரும் போவோம் இந்த மழைக் காத்துலே ரோட்டிலே நடமாட்டம் இல்லே – நா பூட்டுகளைத்

தொறக்கறேன் ஆளுக்குக் கொஞ்சமா எடுத்துக்கிட்டு, நைஸா வந்துடலாம். லட்சக்கணக்கிலே கறுப்புப் பணமாவே வெச்சிருக்கான் அந்த ஆளு... கொஞ்சம் நாம்ப எடுத்துக்கிட்டா கொறைஞ்சு போயிட மாட்டான்... என்ன?"

'அம்மாடி' என்ற முனகலுடன் அமராவதி திரும்பிப் படுத்தாள். பிள்ளைத்தாய்ச்சி பெண்ணுக்கு வாய்க்கு ருசியாய் வாங்கிக் கொடுக்கக்கூடத் துப்பில்லாமல் தான் இருப்பது கன்னியப்பனுக்கு ஞாபகம் வந்தது.

தர்ம சோற்றை உண்டு குளிரில் நடுங்கும் பிள்ளைகள்

பக்கிரியின் பேச்சால் கன்னியப்பனுக்கு வக்கிரமாய் எண்ணத் தோன்றியது.

பக்கிரியுடன் கூட்டு சேர்ந்துகொண்டு ஸேட்டைப் பழி வாங்கினால் என்ன?

ச்சீ... இது தப்பு இல்லே?

என்ன தப்பு? தண்டிக்கப்பட்ட மனசு வாதாடியது அடிபட்ட ஆண்மை விழித்துக்கொண்டது. அவனுக்குள் இருந்த கணவனும் தகப்பனும் சுயநலமே உருவாக அவனை மாற்ற, பக்கிரியின் பேச்சுக்கு அடிபணிந்து மெல்ல எழுந்தான். "அப்படிப்போய் பேசுவோம். வா பக்கிரி..."

எழுந்து மூலைக்குச் சென்ற கன்னியப்பன், "உன் பேச்சுக்கு நா கட்டுப்படறேன் ஆனா எனக்குப் பணமாதான் வோணும் சாமான்கள் வாணாம் நீ என்ன வேணா எடுத்துக்க. எனக்குப் பணத்தை கணிசமா கொடுத்திடு" என்று சொன்னதைப் பக்கிரி ஒப்புக்கொண்டதும் இருவரும் யாரும் அறியாமல் புறப்பட்டார்கள்.

# 38

## இரவு 11-00

**கண்** இமைத்துக் கண் திறக்கும் நாழிகையில் ராஜனின் உடல்நிலை மோசமாகத் தொடங்கியது.

ஜான்ஸன், கிரி மற்றும் குடும்ப டாக்டர் இவர்கள் ஒன்று கூடி சகுந்தலாவிடமும், சுகுமார், ஹேமாவிடமும் "பயப்படும்படி ஒன்றும் இல்லை. முன்னெச்சரிக்கையுடன் இருக்க நாற்பத்தி எட்டு மணி நேரங்கள் தாண்ட வேண்டும் என்கிறோமே தவிரவும் கவலைப்படாதீர்கள்" என்று சொல்லி சமாதானப்படுத்திக் கொண்டிருக்கையிலேயே ஸ்பெஷல் ட்யூட்டி நர்ஸ் "டாக்டர்" என்று பதறிக்கொண்டு வந்து நின்றாள்.

தீவிர சிகிச்சைப் பிரிவுக்குள் டாக்டர்கள் நுழையும்போது மானிட்டர் இஷ்டப்படி குதித்துக்கொண்டிருந்தது.

இருதயத் துடிப்பைப் பரிசோதித்தார் ஜான்ஸன். அதன் துடிப்பு தாறுமாறாக இருந்தது. ஏனிப்படி? ஐந்து நிமிஷங்களில் இத்தனை சீரழிப்பா?

"கிரி, அவருக்கு மார்ல மசாஜ் பண்ணுங்க! நர்ஸ், அட்ரினலின் அன்ட் கோரமின்."

ஜான்ஸனின் படபடப்பு அத்தனை பேரையும் தொற்றிக் கொண்டது. டாக்டர் அச்சுதன் நாடி பிடித்துப் பார்த்தார். ரொம்ப பலஹீனமாக இருந்தது.

கிரி, ராஜனின் இருதயத்திற்கு மேலாக இரண்டு கைகளாலும் பிசையத் தொடங்கினார்.

நர்ஸ் கொடுத்த அட்ரினலின், கோரமினை ஊசி மூலம் மார்புக்குள், இருதயத்தில் நேராகச் செலுத்தினார் ஜான்ஸன்.

பின், தானும் சேர்ந்துகொண்டு ராஜனின் மார்புச் சதைகளை மசாஜ் செய்ய முற்பட்டார்.

இத்தனை நாழியாய் மயக்கத்திலிருந்த ராஜன் கண் விழித்தார்.

மலங்க மலங்க விழித்தார்.

'ஆ... ஆ...' வாய்விட்டு அரற்றினார்.

கிட்டத்தில் வந்து நின்று கணவர் கையோடு தன் கையைக் கோர்த்துக்கொண்டு கண்களில் நீர் பெருக நின்ற சகுந்தலாவை உற்றுப் பார்த்தார். பின் சுகுமாரைப் பார்த்தார்.

"நான்... நான்... சக்கு... ஆ" ராஜனின் கண்கள் செருகின. நாக்கு பற்களில் கடிபட்டது.

"கிரி... மசாஜ் தீவிரமா பண்ணுங்க..." ஜான்ஸன் கத்தினார்.

ராஜனின் நிலை மிகவும் மோசமாகிவிட்டதை உணர்ந்து அவரின் இருதயத்துக்கு மின் அதிர்ச்சியைக் கொடுத்து துடிப்பைத் தூண்டிவிட நினைத்து டிஃபைப்ரிலேடர் மிஷினைப் பாய்ந்து சென்று அருகில் கொணர்ந்தார்.

மார்பில் இருதயத்துக்கு மேல், கம்பிகளை வைத்து திட்டமாய் மின்சாரத்தைப் பாய்ச்சி அணைத்ததும், மறு விநாடியில் அடங்க நினைத்த ராஜனின் இருதயத் துடிப்பு மீண்டும் தாறுமாறாய் படபடக்கத் துவங்கியது.

"கடவுளே! பலன் இருக்கு."

வைத்தியத்துக்கு ராஜனின் இருதயம் கட்டுப்படுகிறது என்பது புரிந்து ஜான்ஸன் நிம்மதியாகப் பெருமூச்சுடன் இரண்டு நிமிஷ இடைவெளிக்குப் பிறகு இன்னொரு முறை மின் அதிர்ச்சி கொடுக்க எண்ணித் தயாராக இருந்த அதே சமயத்தில், மருத்துவ மனைக்குத் தேவையான மின்சாரத்தை வழங்கிக்கொண்டிருந்த ஜெனரேட்டரிலிருந்து பொறிகள் கிளம்பி, புகை எழுந்து பட்டென்று வெடிப்பு சப்தத்தோடு ஜெனரேட்டர் நின்றது.

***

## 11-02

"ஜனா... ஜனா..." அழுகை கலந்த குரலில் நித்யா நடுத் தெருவில் நின்று மழை, காற்றில் பரிதவித்துக் கத்தியது என்னமோ சில நிமிஷங்கள்கூட இருக்காது என்றாலும் அதற்குள் பீதி அடைந்துவிட்டாள் நித்யா. அந்தத் திகிலில் சற்றுத் தள்ளி ஒரு கார் நிற்பதும், அதற்குள் மழை காரணமாய் உட்கார்ந்திருந்த ஜனா, அவளை உடனடியாப் பார்க்கத் தவறிவிட்டு பின்னர் அவளைப் புரிந்துகொண்டு இறங்கி வருவதையும் அவள் கவனிக்கவில்லை

"நித்யா!"

காற்றின் சப்தத்தையும் மீறிக்கொண்டு ஜனா கத்திய பிறகே அவள் திரும்பிப் பார்த்தாள்.

ஜனா அவளின் ஜனா.

"ஜனா" – அழுகை அதிகமாக வெடிக்க இரண்டு கைகளையும் நீட்டிக் கொண்டு அவனிடம் ஓடித் தழுவிக்கொண்டாள்.

ஜனாவின் நண்பன், காரைக் கிளப்பிக்கொண்டு சப்தமில்லாமல் இவர்கள் அருகில் வந்து நிற்கும்வரை ஜனாவோ, இல்லை நித்யாவோ தங்கள் அணைப்பை விடவில்லை.

கார் ஹாரன் கேட்டபின்பே ஜனா தன் நிலைக்கு வந்தான்.

"வா நித்யா என் நண்பன் கார்லே வந்திருக்கேன். இன்னிக்கு ராவு அவுங்க வீட்டுலே தங்கலாம். நாளைக்கு நமக்கு திருவேற்காட்டிலே கல்யாணம்... ம்... ஏறு..."

நித்யா ஏறிக்கொண்டாள். ஜனா அவளையடுத்து உட்கார்ந்து இறுக அணைத்துக்கொண்டான்.

நித்யா மேஜரான பெண். கல்யாணம் நடந்த பின்பு ஒருவரும் அவளை ஏதும் செய்ய இயலாது. பல நாட்களாக இல்லாத

நிம்மதியுடன் அழுதுகொண்டே ஜனாவின் தோளில் தலையை வைத்தாள் நித்யா.

மூன்று நிமிஷங்கள் அல்ப மூன்றே மூன்று நிமிஷங்களில் எமகாதக டாக்டர்களுக்கு 'பெப்பே' காட்டிவிட்டு, பணக்காரர், தொழில் அதிபர், ஊரின் முக்கியப் புள்ளியான ராஜனின் உயிரை எமன் பறித்துக்கொண்டான்.

பெரிய ஜெனரேட்டர் எரிந்து நின்ற உடனேயே மருத்துவமனை இருளைத் தழுவிக்கொண்டது.

"கிரி. ஸி தி ஜெனரேட்டர்" ஜான்ஸன் இத்தனை ஆவேசமாகக் கத்தி யாரும் இது நாள்வரை கேட்டதில்லை.

கிரி வெளியில் ஓடினார். அவருக்கு முன்னால் அந்தோணி, ஜெனரேட்டர் ஷெட்டுக்குப் போய்விட்டான். என்ன ஏது என்று நிதானித்துப் பார்க்காமல் பெரியதை அணைத்துவிட்டு சிறியதை ஆன் செய்ய ஆன நிமிஷங்கள் மொத்தம் மூன்றுதான். ஆனால் இதற்குள் ராஜனின் இருதயம் தன்னைத் தூண்டிவிட இரண்டாவது அதிர்ச்சி கிடைக்காமல் ஸ்தம்பித்தே போய்விட்டது.

விளக்குகள் திரும்ப எரிந்ததும், மின்சார அளவை அதிகரித்து மார்பில் ஏற்றினார், ஜான்ஸன்.

ஒரு முறை, இரண்டு... நாலு... ம்ஹூம்... பயன் இல்லை.

கம்பிகளைத் தூர எறிந்துவிட்டு ராஜனின் மார்பைக் குத்தினார். புரட்டிக் கொடுத்தார். பலம் கொண்டவரையில் உலுக்கிப் பிசைந்து பார்த்தார்.

ம்ஹூம், பயன் இல்லை.

தொழிலதிபர் ராஜன் இந்த உலகத்தின் பந்தபாசம் போதும் என்று தீர்மானித்துப் பறந்து நாலு நிமிஷங்களுக்கு மேலேயே ஆகிவிட்டன.

மதியம் அந்தோணி சின்னதை ஓடவிட்டவன், பெரிய ஜெனரேட்டரையும் பரிசோதித்திருந்தால் அதில் புகை வருவதைப்

பார்த்திருக்கலாம். சரி செய்திருக்கலாம். அல்லது அவசரத்தில் பெரியதைப் போடாமல் சின்னதை ஓடவிட்டிருக்கலாம். என்ன செய்வது? ராஜனின் விதி மல்லிகாமேரி ரூபத்தில் வந்து அந்தோனியைக் கவர்ந்திழுத்துப் போனதால் அப்போது பெரிய ஜெனரேட்டரைப் பரிசோதிக்காத அந்தோனிக்கு இருட்டில் அதை இயக்கியதும் அதிலிருந்து கிளம்பிய புகை மட்டும் கண்ணுக்கு எப்படித் தெரியும்?

ஆக, சுலபமாய்க் காப்பாற்றப்பட்டிருக்க வேண்டிய ராஜன் அன்று அநியாயமாய் இறந்துபோனார்.

# 39

## இரவு 11-05

லிஃப்டு நாலு அடிகள் இறங்கியிருக்கும் என்று அனுமானித்த சம்பத் ஆளை அனுப்பி 'போதும்' என்று மாடியில் இருப்பவர்களிடம் சொல்லச் சொன்னான்.

"கணேஷ், மிஸ்டர் கணேஷ்."

ஓங்கி ஓங்கித் தட்டியதற்குப் பதில் கொடுத்தான் கணேஷ்.

"லிஃப்ட்டை இந்த மாடியறைக்கு இறக்கியிருக்கோம். இப்போ நீங்க... லிஃப்டில் கதவுகள் சேருமிடம் இருக்கில்லே, அதில் உங்க விரலைக் கொடுத்து ரெண்டு பக்கமும் பலமாய் தள்ளுங்க, கதவுகள் திறக்கும். நீ இட்..."

"என்ன? என்ன பண்ணணும்?"

சம்பத் மீண்டும் நிதானமாய் உரக்கச் சொன்னான்.

"முடியலை சார் என்னால திறக்க முடியலை."

கணேஷ் ஆயாசத்துடன் பதில் சொல்வது வெளியில் இருப்பவர்களுக்குக் கேட்டது.

"சுலபமாய்த் திறக்கலாம் பதட்டப்படாமல் முயற்சி பண்ணுங்க, உங்களால் முடியும். மெதுவாய், விரலைக் கொடுத்து கொஞ்சம் விலக்கிவிட்டால் சுலபமாத் திறந்துவிடலாம் - கமான் மிஸ்டர் கணேஷ்"

"முயற்சி பண்றேன்... விரலைக் கொடுத்துட்டேன் ஹூம்... ம்... கதவு திறக்கிறது. திறக்கிறது, திறந்துடுத்து..."

உள்கதவைத் திறந்துவிட்டதால் கணேஷின் குரல் தெளிவாகக் கேட்டது.

"குட் வெரி குட் மிஸ்டர் கணேஷ்... இப்போ நா சொல்லறத கவனமா கேளுங்க... வலதுபக்கக் கதவுக்கு மேலே கையை நீட்டித் தேடினீங்கன்னா லிஃப்ட்டோட சாவி உருண்டையாய் இருக்கும். ஒரு சின்னப் பந்து மாதிரி இருக்கும். அதை மேலே தள்ளுங்க... வெளிக்கதவு திறக்கும். எங்கே... தேடுங்க."

"தெரியலை சம்பத்... அதைக் காணுமே!"

"மெதுவாய்த் தேடுங்க, கணேஷ் கண்டிப்பாய் கிடைக்கும். இன்னும் ரெண்டு நிமிஷங்கள்ல நீங்க வெளியே வந்துடலாம். இங்கே டாக்டர் இருக்கார், உங்க மனைவியைப் பார்க்கக் காத்துக்கிட்டு இருக்கார் சாவியைத் தேடி தூக்குங்கள்."

லிஃப்ட்டின் கதவுகளை வெளியிலிருந்து திறக்க முடியாது. உள்ளே இருக்கும் ஆள், சாவி மூலமாய் திறந்தால்தான் உண்டு.

"நா வெளிக்கதவு இடைவெளி வழியா டார்ச் அடிக்கறேன். முயற்சி பண்ணுங்க, கணேஷ், கமான்."

இத்தனை நேரமாய் இருட்டில் துழாவிய கணேஷுக்கு மெல்லிய கோடு மாதிரியான வெளிச்சம் பரவியதில் தனி தெம்பு உண்டாயிற்று.

கையை நீட்டி சாவியைத் தேடினான். கிடைத்தது, அழுத்தினான். லிஃப்ட்டின் வெளிக்கதவுகள் திறந்தன.

நாலாவது மாடியிலிருந்து இரண்டடி உயரத்தில் நின்றிருந்தது லிஃப்ட்.

செல்லப்பன் தாவி உள்ளே ஏறினான்.

கணேஷ் கீழே குதித்த பிறகு மயங்கிக் கிடந்த லஷ்மியை சம்பத், ரவி மற்றும் சிலருமாக சேர்த்து இறக்கித் தரையில் படுக்க வைத்தார்கள்.

ஒரு ஆள் தண்ணீர் கொணர்ந்து முகத்தில் தெளித்தான்.

டாக்டர் நாடியைப் பார்த்து, சுவாசத்தைப் பரிசோதித்தார்.

பயப்பட ஒன்றுமில்லை.

வெறும் பய மயக்கம்தான்.

அப்படியே தூக்கி மாடிக்குக் கொண்டுபோய் 507-ல் படுக்க வைத்தார்கள்.

மணி கிச்சனுக்கு ஓடிச்சென்று சூடாய் ஹார்லிக்ஸ் கலந்து எடுத்து வந்தான்.

லஷ்மி கண்விழித்தாள்.

அவள் பயப்படாமல் இருக்க பத்து மெழுகுவர்த்திகளைக் கொளுத்தி அறையில் வெளிச்சத்தை உண்டாக்கியிருந்தான் சம்பத்.

ஹார்லிக்ஸுடன் அவளுக்குத் தூக்கமருந்தை டாக்டர் கொடுத்துவிட்டு, "இனி ஒன்றுமே இல்லை... நன்றாக இருக்கிறார்," என்ற பிறகு கூட்டம் கலைந்தது.

கணேஷும் ஹார்லிக்ஸ் அருந்தின பிறகு நிதானத்துக்கு வந்தான்.

அவர்களின் மன தைரியத்துக்காக கால் மணிநேரம் அங்கேயே உட்கார்ந்துவிட்டு, ஹோட்டல் ஆள் ஒருவனைக் காவலுக்கு உடனிருக்கச் சொல்லிவிட்டு சம்பத், டாக்டர், மஞ்சு, ரவி அறைக்கு வெளியே வந்தார்கள்.

"ரொம்ப தாங்க்ஸ், டாக்டர்... சமயத்துலே உதவினீங்க."

சம்பத்தின் நன்றியை, தலையை ஆட்டி டாக்டர் ஏற்றுக் கொண்டார்.

"உங்களுக்கும் ரொம்ப நன்றி, மிஸ்டர் ரவி... சரியான சந்தர்ப்பத்திலே பக்கபலமா உதவினீங்க..."

"அய்ச்சூ..." பெரிதாய்த் தும்மினாள் மஞ்சு...

"வந்து டாக்டர், தப்பா நினைச்சுக்காதீங்க... என் மனைவிக்கு லேசா ஜூரம்... ஏதாவது மருந்து இருக்குமா? தொந்தரவுக்கு மன்னிக்கணும்..." ரவி மெதுவாய் கேட்டான்.

டார்ச்சின் விளக்கொளியில் தன் மருந்துப் பையைத் திறந்தார் டாக்டர்.

"ஸாரிடான் இருக்கா, டாக்டர்? எனக்கு அது உடனே கேக்கும்."

இருந்தது. அதோடு கோஸ்வில் மாத்திரை ஒன்றையும் சேர்த்துக் கொடுத்துவிட்டு டாக்டர் சம்பத்தோடு மாடிப்படிகளில் இறங்கினார்.

தங்கள் அறைக்கு வந்து, மாத்திரைகளைப் போட்டுக்கொண்டு படுக்கையில் உட்கார்ந்தாள் மஞ்சு.

"ஸல்ஃபா மாத்திரையைப் போட்டுக்கிட்டிருந்தா, இப்ப வீணா டாக்டரைத் தொந்தரவு பண்ணியிருக்க வேணாம்..."

பேசிக்கொண்டே கணவன் மார்பில் சாய்ந்தாள் மஞ்சு.

"இந்த மழையும், கரண்ட் போனதும் சேர்ந்து ஆளை அம்பலத்துலே நிக்க வெச்சிடுச்சி... பாவம், மிஸஸ் கணேஷ்! இன்னும் யார் யார் எங்கெங்கே எப்படியெப்படி மாட்டிக்கிட்டு இருக்காங்களோ!"

ரவி மனசார மின்சார இலாக்காவை வைதான். ஆனால் இந்த மின்சார நிறுத்தத்தினால்தான் 'மஞ்சுவின் உயிர் அன்று காப்பாற்றப்பட்டது என்பது அவனுக்கும் தெரியாது, மஞ்சுவுக்கும் புரியாது.'

ஸல்ஃபா மாத்திரை மஞ்சுவுக்கு ஒத்துக்கொள்ளாமல் இந்த அரைமணிப் பொழுதில் அவளுங்கு பலத்த அலர்ஜியை உண்டுபண்ணி, உயிர் பிழழப்பாளோ மாட்டாளோ என்ற கவலையை உண்டாக்கியிருக்கும் என்பதை அவர்கள் எப்படி அறிவார்கள்?

விளக்கு நின்று போய், மாத்திரை கீழே உருண்டதோ, மஞ்சு தப்பித்தாளோ!

கீழே தன்னறையில் உட்கார்ந்த சம்பத்துக்கு அயர்ச்சியில் உடம்பு கெஞ்சியது.

மணி, கந்தசாமி மெழுவர்த்தியை மற்ற அறைகளுக்குக் கொடுக்கப் போனார்கள்.

வெளியே காற்றும் மழையும் அப்படியே இருந்தன.

'என்ன சோதனையான நாள்' என்று நினைத்து சம்பத் அப்படியே மேஜையில் கவிழ்ந்து படுத்துக் கண்களை மூடிக் கொண்டான்.

# 40

## நள்ளிரவு 12-10

**தெ**ருவில் ஆள் நடமாட்டமே இல்லை... மையிருட்டு... மழைக் காற்று சேட்டின் கட்டடத்தை அடைந்ததும் காம்பவுண்ட் சுவரருகில் மறைந்து கன்னியப்பன் மாடியிலிருந்த வீட்டில் மனித அரவம் இருக்கிறதா என்று பத்து நிமிஷம் கவனித்தான்.

ம்ஹூம் இல்லை மழை காற்றுக்கு பயந்துகொண்டு உள்ளே இருக்கிறார்களா?

பின்பக்கமாய் பக்கிரியை அழைத்துப்போனான் கன்னியப்பன்.

இரும்புக் கதவுகளில் தொங்கிய பூட்டுகளைத் திறக்க பக்கிரிக்கு அதிக நேரம் ஆகவில்லை. இரும்புக் கதவுகளை அடுத்து மரக் கதவுகள். மொத்தக் கதவுகளையும் திறந்துகொண்டு அவர்கள் கடையினுள் நுழைய மேற்கொண்டு அரைமணி நேரம்தான் ஆயிற்று.

எதெது எங்கெங்கு இருக்கும் என்று கன்னியப்பனுக்குத் தெரியுமே

நாலைந்து கட்டு பணத்தை, தேவையான அளவை கன்னியப்பன் எடுத்துக்கொண்டான். வெள்ளிப் பாத்திரங்கள், நகைகள், கொஞ்சம் பணம் என்று ஒரு மூட்டை கட்டினான் பக்கிரி.

மழை இடியுடன் பெய்ததும், காற்று ஊளையிட்டுக்கொண்டு வீசியதும் இவர்களுக்குச் சாதகமாக இருந்தது.

மின்சாரம் கிடையாது பல இடங்களில் டெலிபோனும் மக்கர். ஆக உதவிக்கு யாரை அழைப்பதும் இந்தச் சூழ்நிலையில் அசாத்தியம் என்று புரிந்துகொண்டு அவர்கள் நிதானத்துடன் செயல்பட்டார்கள்.

போதும் என்ற திருப்தி உண்டானது. வெளியில் வந்து பழைய படி கதவுகளை மூடிவிட்டுப் புறப்பட்டார்கள். திருட்டுச் சாமான்களைப் பதுக்க பக்கிரி வேறொரு இடத்திற்குப் போக வேண்டியிருந்ததால் கன்னியப்பன் மட்டும் தனியாகப் பள்ளிக்கூடத்திற்கு வந்தான்.

கொஞ்சம் ரூபாயை மடியில் வைத்துக்கொண்டு பாக்கியை சின்னதாய் பிளாஸ்டிக் பேப்பரில் சுற்றிக் கட்டினான். தலையணை ஒன்றை எடுத்து சப்தமில்லாமல் கிழித்து பஞ்சுக்கு நடுவில் பணப் பையை வைத்தான். பின், பெட்டியிலிருந்து அமராவதியின் கிழிந்த சேலை ஒன்றை எடுத்து அதால் தலையணையைச் சுற்றி, தலைக்கு வைத்துக்கொண்டான். காலையில் முதல் வேலையாய் கிழிந்த உறையைத் தைத்துவிட்டால், அப்புறம் பயமில்லை.

நாளைக்கு ஸேட் புகார் கொடுத்து, போலீஸ் வந்து இவனை இவன் குடிசையை சோதனை பண்ணினால் ஒன்றும் கிடைக்காது. தவிர இவன் குடும்பத்தோடு பள்ளியில் உணவு அருந்தி, படுத்ததற்கு சாட்சி ஏராளமாய் உண்டு. பக்கிரியும் இவனும் சேர்ந்து வெளியில் போனதை யாரும் கவனிக்காதபடி இருட்டாய் இருந்தது கவலையில்லை.

கன்னியப்பன் ஸேட்டைப் பழிவாங்கிவிட்டான். நாளைக்கு விஷயம் தெரிந்து தவிப்பார். நன்றாய்த் தவிக்கட்டும்.

திரும்ப மனைவிக்கு அருகில் பூனைபோல கன்னியப்பன் வந்து படுத்துக்கொண்டபோது மணி இரண்டே முக்கால்.

# 41

## விடியல் 3-00

**ரா**ஜனின் உடலை வீட்டுக்குக் கொண்டுவந்துவிட்டார்கள். முக்கியப்பட்டவர்களுக்கு எப்படியோ தகவல்போய் இந்த நேரத்திலும் ஒவ்வொருவராக வரத் தொடங்கிவிட்டனர்.

கூடத்தில் ராஜனைக் கிடத்தி வெளிச்சத்துக்காகப் பல மெழுகு வர்த்திகள், குத்துவிளக்குகளை ஏற்றிவைத்துவிட்டு ராஜனின் உற்றார், உறவினர் அடித்துக்கொண்டு புலம்பிய சமயத்தில் இரண்டு நாளாய் கண் திறக்காமல் கட்டையாய்க் கிடந்த ராஜனின் தாய் 'ராஜப்பா' என மெல்ல முனகிக்கொண்டு கண்விழித்தாள்

கிழவி பிழைத்துக்கொண்டாளா?

இது என்ன அதிசயம்!

நர்ஸ் மூலம் சேதி தெரிந்ததும் இந்த வயதான மனுஷியிடம் மகன் இறந்த சமாச்சாரத்தை எப்படிச் சொல்வது என்ற குழப்பமே டாக்டர் அச்சுதனுக்கு உண்டானது.

***

## 4-15

**கா**லாகாலத்தில் எழுந்தால்தான் ஆறு மணி முகூர்த்தத்துக்குள் விரதம், பரதேசிக் கோலம், ஊஞ்சல் நடந்து மாங்கல்ய தாரணம் நடக்க சரியாக இருக்கும் என கண்விழித்த ஜானகி, நித்யாவைக் காணாமல் அதிர்ச்சி அடைந்தாள்.

அடுத்த அரைமணியில் சத்திரம் அல்லோலகல்லோலப் பட்டது.

நித்யா போனவள், போனவள்தான்.

எங்கே போனாள், என்ன ஆனாள்? இது என்ன மாயம்?

கிணற்றில் குதித்துவிட்டாளா? தற்கொலை பண்ணிக் கொண்டாளா?

விஷயம் தெளிவாகாமல் மூலைக்கு ஒருத்தராய் ஓடித் தேடியும் நித்யாவைக் காணவில்லை. ஆதலால் மணி ஆக ஆக, கல்யாண வீட்டின் சந்தோஷங்கள் ஏதும் இல்லாமல் அழுகையும், கத்தலுமாய் அந்தச் சத்திரம் காணப்பட்டது.

****

# 5-00

விடியற்காலை 5-00 மணி. சென்னைக்கும், விசாகப்பட்டினத்துக்கும் நடுவில் புயல் கரையைக் கடந்துவிட்டதால் காற்றும், மழையும் மெல்ல குறையத் தொடங்கின.

****

# காலை 6-00

ஒரு நாள்: சரியாக இருபத்தி நாலு மணி நேரம். இதற்குள் இந்தச் சென்னை நகரத்தில்தான் என்னென்ன நடந்துவிட்டன. வரலாறு காணாத விதத்தில் மின்தடை, பொங்கி எழுந்த கடல், வானத்தை பொத்துக்கொண்டு ஊரை வெள்ளத்தில் மூழ்க அடித்த மழை, எத்தனையோ மரங்கள், குடிசைகள், சின்னக் கட்டடங்கள் இவற்றைப் பிடுங்கியெறிந்த காற்று, எதிர்பாராத கஷ்டங்கள், சாவுகள், பிரச்சினைகள்... போதுமா! ஆனால் துன்பங்கள் நடுவில் சில இன்பமான சம்பவங்கள்கூட அல்லவா

இருந்தன? நித்யாவுக்கு வாழ்வு அளித்த மாதிரி, மஞ்சுவை சாவிலிருந்து தடுத்து நிறுத்திய மாதிரி – இன்னும் சொல்லப்படாத எத்தனையோ சம்பவங்கள். இந்த ஒரு நாளில் சென்னையில் நிகழ்ந்தவற்றையெல்லாம் விவரித்துக்கொண்டே போகலாம். ஆனால், விடிந்துவிட்டதே! ஒரு வாரத்துக்குப் பிறகு காலை இளஞ் சூரியன் இதமான சூட்டோடு, புதியதொரு நம்பிக்கையைப் பரப்புவதாக மலரும் காலை நேரத்தை அனுபவிக்காவிட்டால் எப்படி? வாருங்கள், சென்னை மக்களோடு நாமும் இந்த நிதானமான, அழகான, நிம்மதியான காலைப்பொழுதை வரவேற்கத் தயாராகலாம்.

www.ingramcontent.com/pod-product-compliance
Lightning Source LLC
LaVergne TN
LVHW091224180726
843490LV00006B/1920